Tuyển tập Thơ Tuệ Sỹ

Selected poems by Tuệ Sỹ

Translated by
Terry Lee & Phe X. Bach

Tuyển tập thơ Tuệ Sỹ - Selected poems by Tuệ Sỹ
English translation by Terry Lee & Phe X. Bach
Published by Hương Tích Phật Việt & Lotus Media
First edition, 2023
Cover design by Uyên Nguyên

All rights reserved. Except for brief quotations in critical articles or reviews, no part of this book may be reproduced in any manner without written permission from the publisher.

Anh mang giấc mộng đi hoang
Biết đâu mà kiếm trăng ngàn cho em*

I carried a dream as I wandered the world
I didn't know where to find you on a distant majestic moon
Translated by Phe Bach

Carrying a dream in my heart, I wander around,
Wondering where to find the moon to pick down for you?
Translated by Terry Lee

---

* Phương Trời Viễn Mộng, trước 1975

Mục lục

Lời dẫn | Preface — 11

Ngục trung mị ngữ, bài số 1: Trách lung — 17
Lồng hẹp - Terry Lee (TL) | Narrow cage - Phe X. Bach (BP)
Narrow cage - TL

Ngục trung mị ngữ, bài số 2: Tảo thượng tẩy tịnh — 20
Sáng sớm rửa mặt - TL | Face washing - TL | Face cleansing in the early morning - PB

Ngục trung mị ngữ, bài số 3: Cúng dường — 22
Cúng dường - TL | Prayer - TL | Offerings - PB

Ngục trung mị ngữ, bài số 4: Biệt cấm phòng — 24
Phòng biệt giam - TL | Solitary confinement cell - TL | Solitary confinement cell - PB

Ngục trung mị ngữ, bài số 13: Tự vấn — 26
Tự hỏi - TL | Self-reflection - TL | Self-reflection - PB

Những điệp khúc cho dương cầm — 29
Choruses for the piano - PB | Refrains for piano - TL

Ác mộng rừng khuya — 101
Nightmares in the forest - TL

Bài ca cô gái Trường Sơn — 105
A song of Trường Sơn girl - TL & PB

Bài thơ bỏ sót — 110
Unomitted poem - PB

Bình minh *Dawn - PB*	112
Bóng cha già *Picturing my elderly father - TL & PB*	114
Buổi sáng tập viết chữ thảo *Practicing Chinese cursive script in the morning - PB*	117
Cánh chim trời *A bird in the sky - PB*	119
Cây khô *Dying tree - TL	Dying tree - PB*	121
Cho ta chép nốt bài thơ ấy *Let me compose the lyrics for that poem - PB*	123
Cỏ dại ven bờ *Wild grass by the riverbank - TL	Wild grass by the riverbank - PB*	125
Cuối năm *The year end - PB*	128
Dạ khúc *Serenade - TL*	130
Hạ sơn *Descending the mountain trail - PB*	132
Hạt cát *A grain of sand - TL & PB*	134
Hận thu cao *Autumn bitterness rising - TL*	136
Hoài niệm *Reminiscence - PB*	139

Hương ngày cũ	**141**
The aroma of yesteryear - PB | Scent of old days - TL	
Kết từ	**143**
In conclusion - TL | Last words - PB	
Khung trời cũ	**146**
Reminiscing old gatherings - TL | Old time firmament - PB	
Luống cải chân đồi	**150**
Vegetable beds at the foothills - TL & PB	
Mộng ngày	**155**
Daydream - TL | Day dream - PB	
Mộng trường sinh	**162**
The dream of everlasting life - PB	
Một bóng trăng gầy	**164**
A waning moon - PB | A slender moon - TL	
Một thoáng chiêm bao	**167**
Fleeting glimpse of a dream - PB	
Mưa cao nguyên	**169**
Highland rain - TL | Rain on the highland - PB	
Ngồi giữa bãi tha ma	**174**
Sitting in the graveyard - TL	
Nhìn ngọn nến khuya	**182**
Looking into the candlelight - TL & PB	
Nhớ con đường thơm ngọt môi em	**184**
Missing the streets where I tasted the sweetness and fragrance of her lips - TL	

Những năm anh đi 187
The long away years - TL

Những phím dương cầm 191
Piano keys - PB | Piano keys - TL

Quán trọ của ngàn sao 194
Place-holder of thousands of stars - PB

Ta biết 196
I know - PB

Thiên lý độc hành 198
Alone on a lengthy journey - PB

Tiếng gà gáy trưa 212
Afternoon rooster song - PB

Tiếng nhạc vọng 214
The resonant sound of music - TL & PB

Tiểu khúc Phật đản 216
A little song of Vesak - PB

Tìm em trong giấc chiêm bao 220
Searching for you in my dreams - TL & PB

Tĩnh thất 222
Meditation Room - TL

Tôi vẫn đợi 238
Awaiting - TL | I am still waiting - PB

Tống biệt hành 242
A farewell - PB | Seeing off - TL

Từ rừng sâu 226
From the forest's depths - TL & PB

English translation by Terry Lee & Phe X. Bach

Tự tình 248
Self-confession - PB | Self-reflection - TL

Ước hẹn 250
A promise - PB | Promise - TL

Tiểu sử Hòa thượng Tuệ Sỹ 252
A Biography of The Most Venerable Tuệ Sỹ

About the translators 258

Vài ý nghĩ rời về thơ Hòa thượng Tuệ Sỹ 259
A few discrete thoughts about Thầy Tuệ Sỹ's poetry

English translation by Terry Lee & Phe X. Bach • 10

Lời dẫn

Chúng con là 2 người con Việt an cư lạc nghiệp ở xứ người, cùng sinh ra ở Việt Nam, nhưng cách nhau 22 năm, và 12 ngàn cây số, vì một người sống ở Sydney, Úc, còn người kia sống ở Sacramento, California, Hoa Kỳ.

Tuy thế, chúng con có cùng mẫu số chung là ngưỡng mộ, kính trọng và thương yêu Thầy, Hoà Thượng Thích Tuệ Sỹ, về mọi phương diện: đạo và đời. Về đạo, Thầy là một thiền sư, một vị cao tăng thạc đức, xứng đáng với danh hiệu "Long Tượng", bậc Thầy của nhiều vị Thầy, đầy đủ bi-trí-dũng-nhẫn. Về đời, Thầy dạy chúng con "Một chút phù danh, một chút thế lợi, một chút an nhàn tự tại; đấy chỉ là những giá trị nhỏ bé, tầm thường và giả ngụy, mà ngay có người đời nhiều kẻ còn vất bỏ không tiếc nuối để giữ tròn danh tiết. Chớ khoa trương bảo vệ Chánh pháp, mà thực tế chỉ là ôm giữ chùa tháp làm chỗ ẩn núp cho Ma vương, là nơi tụ hội của cặn bã xã hội", và Thầy đang sống đúng theo lời dặn ấy. Thân giáo, khẩu giáo và ý giáo của Thầy là kim chỉ nam cho chúng con học hỏi, hành trì và tiếp nối.

Thêm nữa, Thầy còn là một thi sĩ tài hoa. Những bài thơ Thầy viết trước năm 1975, trong tù, hay gần đây đều chứa đầy lòng từ bi và nỗi trăn trở cho số mệnh đất nước và dân tộc. Thơ Thầy chứa nhiều ẩn dụ, những trạng thái cảm xúc gợi nhiều liên tưởng, những tương tác tự truyện với kinh nghiệm sống độc nhất vô nhị, tiếc là có thể nhiều người đọc, nhất là giới trẻ, không hiểu trọn vẹn ý Thầy, nên chúng con mạo muội dịch thơ của Thầy sang tiếng Anh để cho lớp trẻ ở Hải ngoại hiểu thêm tinh hoa của Thầy nói riêng và của dân tộc Việt nói chung. Hy vọng những cố gắng này được nhiều người đọc để hiểu Thầy hơn và càng ngày thương yêu tổ quốc và dân tộc chỉ vì cho "một xã hội hài hòa, an lạc, một dân tộc bao dung nhân ái trong một đất nước thanh bình".

Khi thấy sức khỏe của Thầy suy sút, chúng con cùng chắp tay cầu nguyện Tam Bảo che chở và hộ trì cho Thầy tiêu tan bách bệnh. Chúng con dịch thêm và kết tập trong một thời gian ngắn nên có thể có thiếu sót, nhưng mong muốn dâng lên để cầu an cho Thầy. Nếu có công đức nào, chúng con nguyện xin hồi hướng cho Thầy thêm sức khỏe và sớm hồi phục, để tiếp tục dẫn dắt chúng con trên con đường tu học và phục vụ tha nhân.

Nam mô Bổn Sư Thích Ca Mâu Ni Phật.

Terry Lee and **Phe X. Bach**
Tháng 10 năm 2023

Preface

We are two Vietnamese educators who have lived in a foreign place. We were both born in Vietnam, but we are 22 years and 12 thousand kilometers apart because one of us lives in Sydney, Australia, and the other in Sacramento, California, USA.

We share one common denominator, however: admiration, respect, and love for you, Thầy, our teacher, The Most Venerable Thích Tuệ Sỹ, in all aspects of religion and life. In terms of religion, you are a venerable Zen master, a highly virtuous monk deserving of the title "Long Tượng – Nāga – The great master", the teacher of many teachers, full of compassion, wisdom, courage, and patience. In terms of life, you taught us: "We do not pander to the world's frivolous values, nor do we submit to any powerful authoritarian or violent government. A little celebrity, a few benefits, and a little self-comfort are all worthless. They are insignificant and disguised, but many regular people seek them without hesitation in order to be loyalists. Do not be theatrical in the name of Dharma protection. It's possible that the temple is Mara's refuge, where the gathering of social devils/scum takes place. Do not employ the propaganda of Dharma sharing. Using the Buddha's words in front of a fawning monarch and other political people, pleading for a small favor of worldly goods". Furthermore, you consistently demonstrate the practice of aligning your actions with the principles and knowledge that you impart to the collective. Your examples of living and leading by example serve as a guideline for us to learn, practice, and serve others.

You are also a well-known poet of many talents. Poems written before 1975, in prison, or recently are full of compassion, aspirations, dreams, and struggles for the country and people of Vietnam. The poetry of you, Thầy, our teacher, demonstrates a plethora of metaphors, evocative emotional states, intimate autobiographical interactions, and states of being. Unfortunately, many readers, especially young ones, may not completely comprehend your meaning and intention; therefore, we take this opportunity to translate the poetry of a talented and prestigious teacher into English so that young people around the world can better understand your messages. In pursuit of "a harmonious, peaceful society, a tolerant and compassionate nation", it is desirable that a great number of readers examine these endeavors with the intention of gaining a deeper comprehension of Thầy, our teacher, the Most Venerable Tuệ Sỹ, and growing to love their country and its people even more.

As soon as we learned of your deteriorating condition, we prayed to the Three Jewels for protection and a speedy recovery. Because of the limited time available for translating and compiling additional poems into this book, its quality may be unsatisfactory; yet, we are inclined to distribute it in an effort to give for your good health and tranquility.

If we have any merit, we would want to pray to the Buddhas and Bodhisattvas so that you, Thầy, our teacher, The Most Venerable Tuệ Sỹ, can improve your health and continue to guide us on the path of learning, contributing, and service.

Namo Shakyamuni Buddha.

Terry Lee and **Phe X. Bach**
October, 2023

Phần 1

Section 1

English translation by Terry Lee & Phe X. Bach

Ngục trung mị ngữ, bài số 1:
Trách lung

責籠

窄籠猶自在
散步若閑遊
笑話獨影響
空消永日囚

Trách lung

Trách lung do tự tại
Tán bộ nhược nhàn du
Tiếu thoại độc ảnh hưởng
Không tiêu vĩnh nhật tù.

Tuệ Sỹ

Lồng hẹp - TL

Lòng tự tại trong tù
Thong dong tôi tản bộ
Cười nói rất thanh thản
Ngày tù nhẹ như không.

Narrow cage - TL

With a peaceful and relaxed mind,
I stroll back and forth in this narrow cage.
Smiling and talking to myself peacefully,
I get through the never-ending prison days.

Translations in Vietnamese and English by Terry Lee

Chú thích:
Ngục Trung Mị Ngữ là tuyển tập chứa đựng 18 bài thơ trong tổng số 50 bài Hòa Thượng Tuệ Sỹ viết bằng chữ Hán và phiên âm Hán Việt trong thời gian Hòa Thượng bị cầm tù lần thứ nhất (1978-1981). Muốn biết thêm chi tiết xin xem phần Tiểu sử. Năm bài thơ này được chọn để độc giả thấy lòng từ bi và sự can đảm không sợ hãi gì của ngài.

Note:
Ngục Trung Mị Ngữ (Dreaming Words in Prison) is a collection of 18 poems out of 50 poems by The Most Venerable Tuệ Sỹ written in Chinese and Sino-Vietnamese during his first imprisonment (1978-1981). Refer to his biography for more information.

These five poems are selected to display his compassion and fearless courage.

Terry Lee

Narrow cage – PB

Relaxed and with a clear head,
I stroll mindfully through this confined space.
By maintaining a composed demeanor and being at ease
I was able to breeze through my prison days as if it had never occurred

Translated by Phe X. Bach

窢籠

窢籠猪自在散步若闲遊笑話

獨影响空消永日因

Trạch lung

Trạch lung do tự tại
Tản bộ nhược nhàn du
Tiếu thoại tri ảnh hưởng
Không tiêu vĩnh nhật sầu

Thủ bút của Hòa Thượng Tuệ Sỹ
The Most Venerable Tuệ Sỹ's autograph manuscript

Ngục trung mị ngữ, bài số 2:
Tảo thượng tẩy tịnh

早上洗净

早起出洗净
從容立片蒔
自有神仙態
何湏山水爲

Tảo thượng tẩy tịnh

Tảo khởi xuất tẩy tịnh
Thung dung lập phiến thì
Tư hữu thần tiên thái
Hà tu sơn thủy vi

Tuệ Sỹ

Sáng sớm rửa mặt - TL

Sáng sớm dậy ra ngoài rửa mặt,
Một khoảnh khắc nhàn nhã thời gian.
Đâu cần nơi núi cao biển rộng,
Vẫn thấy mình phong thái thần tiên.

English translation by Terry Lee & Phe X. Bach ● 20

Face washing - TL

Washing my face in the early morning,
It's such a relaxing moment,
That I feel like a celestial being.
Why must one go to the high mountains or vast sea?
   Translations in Vietnamese and English by Terry Lee

Face cleansing in the early morning - PB

Face washing occurred in the morning.
At this moment, which is so serene,
I feel as though I were a celestial being.
Why should one travel to the vast ocean or the high mountains?
   Translated by Phe X. Bach

Ngục trung mị ngữ, bài số 3:
Cúng dường

供養

奉此獄囚飯
供養最勝尊
世間長血恨
秉鉢淚無言

Cúng dường

Phụng thử ngục tù phạn
Cúng dường tối thắng tôn
Thế gian trường huyết hận
Bỉnh bát lệ vô ngôn.

Tuệ Sỹ

Cúng dường - TL

Tay dâng bát cơm tù
Cúng dường đấng thế tôn
Thế gian đầy máu hận
Nâng bát, khóc nghẹn lời.

Prayer - TL

Lifting a bowl of rice inside the prison cell,
I say a prayer to the Enlightened.
As my heart is heavy for the world full of hatred,
I silently choke on tears while holding the bowl.
  Translations in Vietnamese and English by Terry Lee

Offerings - PB

Lifting a bowl of rice inside the prison cell,
I prayed to Buddha, the Enlightened One
The world is full of blood and hatred,
I shed my tears while clutching the bowl.
  Translated by Phe X. Bach

Ngục trung mị ngữ, bài số 4:
Biệt cấm phòng

別禁房

我居空處一重天
我界虛無真個禅
無物無人無甚事
坐观天女散花綿

Biệt cấm phòng

Ngã cư không xứ nhất trùng thiên
Ngã giới hư vô chân cá thiền
Vô vật vô nhơn vô thậm sự
Tọa quan thiên nữ tán hoa miên.

Tuệ Sỹ

Phòng biệt giam - TL

Ta ở nơi cõi trời không xứ
Nhập thiền trong cảnh giới hư vô
Không vật, không người, không mọi việc
Thanh nhàn xem tiên nữ rắc hoa.

English translation by Terry Lee & Phe X. Bach

Solitary confinement cell - TL

Inside this solitary confinement cell, I enter into meditation
Reaching my heavenly realm of the emptiness,
Where objects, human beings, and essence all are empty.
Here, I watch the fairies sprinkle flowers peacefully.

Translations in Vietnamese and English by Terry Lee

Solitary confinement cell - PB

I enter the fourth stage of meditation within this solitary confinement cell.
Reaching my heavenly kingdom of the nothingness,
where all items, people, and essence are empty.
Here, calmly watching the fairy goddess drop flowers.

Translated by Phe X. Bach

Ngục trung mị ngữ, bài số 13:
Tự vấn

自問

問余何故坐牢籠
余指輕煙絆獄穹
心境相持驚旅梦
故教珈鎖面虛隅

Tự vấn

Vấn dư hà cố tọa lao lung
Dư chỉ khinh yên bán ngục khung
Tâm cảnh tương trì kinh lữ mộng
Cố giao già tỏa diện hư ngung.

Tuệ Sỹ

Tự hỏi - TL

Có phải ta đang bị ngồi tù?
Ở đời ai giam được khói đâu!
Cho dù tâm cảnh toàn ác mộng
Dặn lòng không khuất phục bạo quyền.

English translation by Terry Lee & Phe X. Bach

Self-reflection - TL

On self-reflection, I asked: "Am I in jail?"
Then I answered myself: "No. Who can detain smoke?"
Even when my mind is full of nightmares,
Holding my chin up, I pledge not to surrender to tyranny.
   Translations in Vietnamese and English by Terry Lee

Self-reflection - PB

When I think about it, I wonder, "Am I really in jail?"
Then I answered myself: "No. Who can keep the smoke at bay?"
Even when the mind is filled with nightmares,
I pledge to never bow to tyranny.
   Translated by Phe X. Bach

Phần 2

Section 2

Những điệp khúc
cho dương cầm

1

Ta nhận chìm thời gian trong khóe mắt
Rồi thời gian ửng đỏ đêm thiêng
Đêm chợt thành mùa đông huyễn hoặc
Cánh chim bạt ngàn từ quãng Vô biên

2

Từ đó ta trở về Thiên giới,
Một màu xanh mù tỏa Vô biên.
Bóng sao đêm dài vời vợi;
Thật hay hư, chiều nhỏ ưu phiền.

Chiều như thế, cung trầm khắc khoải.
Rát đầu tay nốt nhạc triền miên.
Ôm dấu lặng, nhịp đàn đứt vội.
Anh ở đâu, khói lụa ngoài hiên?

3

Trên dấu thăng
âm đàn trĩu nặng
Khóe môi in dấu hận nghìn trùng
Âm đàn đó
chìm sâu ảo vọng
Nhịp tim ngừng trống trải thời gian

Thời gian ngưng
mặt trời vết bỏng
vẫn thời gian
sợi khói buông chùng
Anh đi mãi
thềm rêu vơi mỏng
Bởi nắng mòn
cỏ dại ven sông

4

Ta bay theo đốm lửa lập lòe
Chập chờn trên hoang mạc mùa hè
Khung trời nghiêng xuống nửa
Bên rèm nhung đôi mắt đỏ hoe
Thăm thẳm chòm sao Chức nữ
Heo hút đường về

English translation by Terry Lee & Phe X. Bach

5

Chiều tôi về
Em tô màu vàng ố
Màu bụi đường khô quạnh bóng trăng
Đường ngã màu
Bóng trăng vò võ
Em có chờ
Rêu sạm trong đêm?

6

Màu tối mù lan vách đá
Nhớ mênh mông đôi mắt giã từ
Rồi đi biệt
Để hờn trên đỉnh gió
Ta ở đâu?
Cánh mỏng phù du.

7

Chung trà đã lịm khói
Hàng chữ vẫn nối dài
Thế sự chùm hoa dại
Ủ mờ con mắt cay

8

Công Nương bỏ quên chút hờn trên dấu lặng
Chuỗi cadence ray rứt ngón tay
Ấn sâu xuống ưu phiền trên phím trắng
Nửa phím cung chõi nhịp lưu đày

9

Đôi mắt cay
phím đen phím trắng
Đen trắng đuổi nhau
thành ảo tượng
Trên tận cùng
điểm lặng tròn xoe
Ta gửi đó
ưu phiền năm tháng

10

Cửa kín, chòm mây cuốn nẻo xa.
Ngu ngơ đếm chữ, mắt hoa nhòa.
Tay buồn vuốt mãi tờ hương rã;
Phảng phất mưa qua mấy cụm nhà.

11

Ve mùa hạ chợt về thành phố
Khóm cây già che nắng hoang lương
Đám bụi trắng cuốn lên đầu ngõ
Trên phím đàn lặng lẽ tàn hương
Tiếng ve dội lăn tăn nốt nhỏ
Khóc mùa hè mà khô cả đại dương

12

Đạo sỹ soi hình bên suối
Quên đâu con mắt giữa đêm
Vội bước gập ghềnh khe núi
Vơi mòn triền đá chân chim

13

Ô hay, dây đàn chợt đứt.
Bóng ma đêm như thật.
Cắn đầu ngón tay giá băng.
Điệp khúc lắng trầm trong mắt.

Rồi phím đàn lơi lỏng;
Chùm âm thanh rời, ngón tay rát bỏng.
Chợt nghe nguyệt quế thoảng hương
Điệp khúc chậm dần theo dấu lặng.

14

Đêm sụp xuống
Bóng dồn một phương
Lạnh toát âm đàn xao động
Trái tim vỗ nhịp dị thường.

Ngoài biên cương
Cây cao chói đỏ
Chiến binh già cổ mộ
Nắng tắt chiến trường
Giọt máu quạnh hơi sương.

15

Một ngày chơi vơi đỉnh thác;
Nghe bồn chồn tiếng gọi hư không.
Giai điệu nhỏ dồn lên đôi mắt.
Mặt hồ im ánh nước chập chờn.
Mặt hồ im, tảng màu man mác.
Ảnh tượng mờ, một chút sương trong.
Quãng im lặng thời gian nặng hạt;
Tôi nghe đời trong tấu khúc Thiên hoang.

16

Phủi tay kinh nỗi đảo điên
Tôi theo con kiến quanh triền đỉnh hoang

English translation by Terry Lee & Phe X. Bach • 46

17

Hơi thở ngưng từ đáy biển sâu
Mênh mông sắc áo dậy muôn màu
Một trời sao nhỏ xoay khung cửa
Khoảnh khắc Thiên hà ánh hỏa châu

18

Tiếng xe đùa qua ngõ
Cành nguyệt quế rùng mình
Hương tan trên dấu lặng
Giai điệu tròn lung linh

19

Bóng cỏ rơi, giật mình sửng sốt.
Mặt đất rung, Ma Quỷ rộn phương trời.
Chút hơi thở mong manh trên dấu lặng.
Đêm huyền vi, giai điệu không lời.

20

Theo chân kiến
luồn qua cụm cỏ
Bóng âm u
thế giới chập chùng
Quãng im lặng
nghe mùi đất thở

21

Nỗi nhớ đó khát khao
luồn sợi tóc.
Vòng tay ôm cuộn khói
bâng khuâng.
Uống chưa cạn chén trà
sương móc.
Trên đài cao
Em ngự mây tầng.

Lên cao mãi đường mây
khép chặt.
Để soi mòn ảo tượng
thiên chân.
Ồ, nguyệt quế!
trắng mờ đôi mắt.
Ồ, sao Em?
sao ấn mãi cung đàn?
Giai điệu cổ
thoáng buồn
u uất.
Xưa yêu Em
xao động trăng ngàn.

22

Ta sống lại trên nỗi buồn ám khói
Vẫn yêu người từng khoảnh khắc chiêm bao
Từ nguyên sơ đã một lời không nói
Như trùng dương ngưng tụ ánh hoa đào
Nghe khúc điệu rộn ràng đôi cánh mỏi
Vì yêu người ta với bắt ngàn sao

23

Giăng mộ cổ mưa chiều hoen ngấn lệ
Bóng điêu tàn huyền sử đứng trơ vơ
Sương thấm lạnh làn vai hờn nguyệt quế
Ôm tượng đài yêu suốt cõi hoang sơ.

Tuệ Sỹ

Choruses for the piano - PB

I drown time into the corners of my eyes
It then reddens the sacred night
The night suddenly turns into illusory winter
An adventuresome bird coming from Infinity

English translation by Terry Lee & Phe X. Bach

2

From there, we've returned to the Heavenly Realm,
A blue hue obfuscates Infinity
The star lengthens the night to no end
Real or unreal, the evening is dropping woes
On such an evening, the low musical notes languish
Sore at the fingertips, but the melody keeps playing on.
Embracing the rest note, the piano rhythms abruptly break.
Where are you, dear? silky smoke is out yonder, beyond the eaves.

3
On the sharp note
the piano's melody hangs heavy
The corners of the lips are imprinted with an eternal hatred
Into that melody
Deeply sunk are illusory aspirations
Heartbeats stop, the hollowness of time
Time stops
The sun is a burning patch
Time stands still
A thread of smoke hanging loose
I'm traveling always
The moss on the perron is thinning off
Since the sunlight is wearing out
The wild grass along the riverside

English translation by Terry Lee & Phe X. Bach

4
Flying along the glimmering flame
Wavering in the summer desert
The sky tilts halfway down
By the velvet drapes, your eyes turn blood-red
So far away reigns the Lyra constellation
Obfuscating the way back home

5

On my way home that evening
You were painting a dingy yellow
The color of the dirt road dried up from the moonlight
The faded road
The solitary moon
Did you ever wait
For the ugly weather-beaten moss in the night?

English translation by Terry Lee & Phe X. Bach

6

The pitch-black color is spreading on the cliff
Immensely missing those farewell eyes
Then forever vanish leaving sullenness in the wuthering mountain top
Where am I?
In the thin ephemeral wings of dreams

7

The cup of tea already immersed in smoke
Yet the lines of words continue to lengthen
Worldly affairs emulate wildflowers
Embalming the burning eyes with darkness

English translation by Terry Lee & Phe X. Bach

8
Her Highness forgets a little bout of sullenness on the rest symbols
The string of cadences brings anxiety to the fingers
Pressing the woes deep down onto the white keys
A half-note key jars the rhythm of exile

9

Eyes burnt
Black keys, white keys
Black and white chasing each other
Turning into illusions
Above Infinity
Lie the rest notes perfectly round
Wherewith I'm entrusting
Woes of chilliads of years

English translation by Terry Lee & Phe X. Bach

10.

The door tightly closed, clouds rolling up the distance
Absent-mindedly counting words in blurry eyes
The woeful hand caressing the billet-doux decayed
It's mizzling sparsely over some cluster of houses

11

Summer cicadas suddenly come back to town
A group of old trees is shading against the desolate sunlight
A blanket of white dust spiraling upwards about the gate
The fragrance quietly shying away from the piano keys
The cicadas resonate rippling tiny tones
That shed tears for the summer that is drying up the ocean

12

The Monk is prinking himself in the stream
Forgetting his eyes somewhere in the middle of the night
Hurriedly he jounces his steps along the ravine
Wearing out the gully imprinted with bird tracks

13

Oops! Snap the piano strings suddenly
The ghostly night appears so real
Biting the frozen fingertips
The chorus sunk deep into the eyes

Then the piano frets let loose
A group of disconnected sounds; fingers burning
All of a sudden is spreading an ambrosial fragrance of orange jasmine
The chorus is slowing down, following the rest symbols

14

Night slumps down
Pushing darkness into one direction
The melody stirs up ice-cold sounds
Begetting aberrant heartbeats

At the frontier
The trees turn bright red
Over the aged warrior's ancient tomb
The sunshine extinguishes the battlefield
The drop of blood desolates the fog

15

One day of drifting frivolously on top of the waterfall
Feeling fluttery upon the call of Emptiness
The low melody fills up in the eyes
The surface of the lake is still; its reflection glimmering
Still the surface of the lake is; its block of colors immense
Religious images are blurred; the tiny amount of limpid mist
During the interval of quietness drops of time hang heavy
I hear life in the musical composition "Desolate Heaven"

16
Washing my hands off, frightened of rampant skullduggeries
I follow the ant along the deserted ridge

17

The breath ceases at the profound of the ocean
Multiple delusional colors awaken in immense forms
A sky of tiny stars twirling around the doorframe
Emitting fireworks in the galaxy momentarily.

English translation by Terry Lee & Phe X. Bach

18

The sound of cars rushing across the gate
The orange jasmine quivers
Its fragrance dissolves into the rest notes
The perfect melody shimmering

19

The little leaf of grass falls; startled
The earth trembling; Demons unruly all over the world
The fragile breath is lying on the rest notes
A magical night; wordless melody.

20

Following the ant's path
Threading one's way through the clump of grass
Gloomy overcast the universe falters
Intervals of silence
Smell the fragrance the Earth breathes

21

How yearning that memory is
Fingers running through the hair
Arms around the spiral of smoke
Consternated
Half-finished the cup of mist tea
On a pedestal
You reign high above
So interminably high
The clouds are closing up
To corrode
The self-existing religious images
Oh! Orange jasmine!
The moonlight blurs the eyes
Oh! How about you, dear?
Why keep striking the same keynotes?
The ancient melody
Furtively melancholic
Somber
Formerly loving you
Stirred up moons and mountains

22

I resurrect over the reeky forlornness
Still loving you in every moment of my dreams
From primeval times even not a single word uttered
Like the immense ocean constricting the reflection of a peach blossom
Listening to the pulsating melody from the flagging wings
Loving you, I reach out for the thousands of stars.

23

Ancient tombstones are lining up
The evening rain is welling up with tears
Overcast with desolation
Legends stand forlorn
Frost dampens
The shoulders jealous of the orange jasmine
Embracing the Monument
In love with all wilderness

Translated by Phe X. Bach

Refrains for piano - TL

1

when I drowned time in the corners of my eye,
The sacred night time blushed.
Immediately the night transformed into winter myths.
From beyond the summit, a bird soared.
Between two musical notes, the interval is infinite.

2
Since that moment, I have come back to heaven.
Here, the blue color spreads out beyond the boundless world.
And lofty stars glitter during the long night.
Will tonight be crippled by my sadness?

Anxiously, in such a mood, I play flat notes.
But these endless notes inflame my fingertips.
The rhythm abruptly breaks when I play a rest.
As silky smoke fills the balcony, where are you?

3

On a sharp note,
the piano sound folds on itself,
bitterness affixes on the corner of my lips.
That piano sound,
sinking into illusions,
stops the heartbeat in the emptiness of the time.

When the time stops
the burning scar of the sun
The time's color fades away,
looking like the color of a thread of smoke.
You have been away too long,
that the moss on the steps thins out.
Like sunlight erodes
wild grass on the riverside.

4

I flew, attracted by the glow of a flickering flame,
Glimmeringly in the summer desert.
Half the sky is capsized.
By velvet curtains, two red eyes emerged.
How abysmal was the Lyra constellation!
How remote was the way back!

English translation by Terry Lee & Phe X. Bach

5

This afternoon when I came back,
You painted your face ochre.
The moon glowed like road dust.
Shone the faded road
is lonely moonlight.
Will you wait
for the moss to darken in the night?

6

As the darkness spreads over the cliff,
I immediately remember the look of your eyes when we said goodbye.
I did not go back,
leaving bitterness on the wind crest.
Where am I,
With paper-thin wings of an ephemera?

English translation by Terry Lee & Phe X. Bach

7

When the steam in a cup of hot tea runs out,
Rows of words continue expanding.
World's current affairs, like wildflowers,
Are smoke to the eyes.

8

The princess leaves her resentment on rests.
The sequence of cadence hurts her fingers.
She presses her grief on white keys,
Playing a half step against the rhythm of her exile.

English translation by Terry Lee & Phe X. Bach

9

My eyes are piquant
by the piano's black and white keys.
These colors chase each other
in an infinite mirage.
On the topmost,
there's a perfectly round rest note.
In it,
I confide my year-after-year melancholy.

10

As clouds roll in the distance, behind closed door,
Casually I count the words with blurring eyes.
With sad fingers, I keep caressing the old unscented leaf.
Over a few clusters of houses, a drizzle is sprinkling.

11

With cicadas' sudden whining sound, summer arrives.
A grove of old trees exposes to the scorching sun.
White dust rolls up at the entrance of an alley.
The incense on my piano silently burns off.
The cicadas' song bounces back, rippling on cue notes.
The tears of their summer mourning are drying up the ocean.

12

A monk looks at his image in the stream,
Forgetting his psychic eyes in the middle of the night.
He hastens across slopes of a crevice.
Little by little, step by step, he ascents.

English translation by Terry Lee & Phe X. Bach

13

Oops, suddenly the piano string snapped.
A night ghost appeared.
I bit my icy fingertips.
Deep into my eyes the refrain sank.

Then the staccato subdues;
The musical notes are dispersed, my fingers are burnt.
Suddenly, I smell the frangipani fragrance.
The refrain slows down, absorbing the rest note.

14

Night falls.
The shadows aggregate.
The cold air plays a trembling melody,
Fastening my heartbeats.

At the frontier.
Tall trees turn dazzling red.
An old warrior sits in front of ancient tombs.
The sunlight is dwindling on the battlefield.
The fog smells blood.

15

Today, drifting at the top of a waterfall;
I anxiously hear the call of the void.
A tiny melody concentrates in the depths of my eyes.
The still lake reflects its flickering surface.
Hence, the lake's color is that of melancholy.
A mast of vague colors appears, due to the light mist.
From the downpour of rests,
I hear the call of desert in this natural musical performance.

16

Brushing my hands off, frightened by some dreadful madness,
I follow an ant round a deserted peak.

English translation by Terry Lee & Phe X. Bach

17

At the bottom of the ocean, my breathing stops.
A phantom world of a myriad of colors appears.
The starry sky rotates around my window frame.
In this moment, the sky is a flare of light.

18

Hearing the noise of a car passing by,
A branch of frangipani quivers.
Its fragrance dissipates on the rest note,
In a sparkling rondo.

English translation by Terry Lee & Phe X. Bach

19

I'm startled by the shadow of a falling blade of grass.
The ground is shaken as demons fill the sky.
Breathing weakly on the rest note.
I listen to a mute melody of a magical night.

20

Following the ants,
I sneak through the grass.
In dreary darkness,
there's a world of conglomeration.
In moments of silence between rests,
I hear the breathing of the earth.

English translation by Terry Lee & Phe X. Bach

21

In nostalgic yearning,
I slid my fingers through your hair.
Wistfully,
I wrap my arms around a smoke loop.
Taking a sip from my cup of dew tea,
I find you on your throne above the top of the clouds.

Higher and higher,
on the narrow, cloudy path,
the illusion of truth and goodness
shall finally be eroded away.
Oh, the wreath of frangipani,
its whiteness blurs my eyes.
Oh, why?
Why do you keep playing the same melody?
Remember that old tune,
a mild feeling of sadness,
persistently?
In the bygone days when I loved you,
our love stirred the moon, forests and mountains.

22

Out of sorrow, blackened by smoke, I resurrect,
I still love you in every moment of my dreams.
Unspoken from the beginning of the universe,
Like the glow of cherry blossoms aggregated in the ocean.
My flagging wings are weary by thrilling melodies.
But for our love, I will pick the stars down for you.

English translation by Terry Lee & Phe X. Bach

23

This afternoon rain, marred with full of tears,
falls on ancient tombs.
The ruins of legends
stand lonely by themselves.
As the chilly mist permeated my shoulders,
I feel the bitterness of the laurels.
Embracing the monument,
I love the wilderness of the universe.

Translated by Terry Lee

Chú thích:
Trong bài này, thầy dùng dấu lặng (rest note), dấu thăng (sharp note), dấu giảm (flat note), dấu trầm (bass note) và nốt nhỏ (cue note). Thật là một ngạc nhiên thú vị khi đem âm nhạc vào thơ!

Nhưng trong các dấu đó, dấu lặng được dùng nhiều nhất. Dấu lặng là khoảng thời gian ngừng nghỉ. Nó cũng cần thiết giống như những nốt nhạc khác. Đôi khi dấu lặng cần thiết hơn và mang ý nghĩa huyền diệu hơn các dấu khác, như trong bài Taps hay The Last Post. Với những bài thơ này, thầy đã biến những dấu lặng này thành những dấu lặng trong cuộc đời, tức là những khoảng thời gian mà chúng ta phải buông xả, lắng tâm.

Notes:
These musical notes are utilized in these poems: rest note, sharp note, bass note and cue note. What an unexpected way to incorporate music into poetry!

However, the rest note is the most commonly used of these notes. A rest note instructs the player to remain silent for a specified number of beats. It is just as important as any other musical note. It is sometimes more vital and has a more magical meaning than other rhythms, such as in Taps or The Last Post. Thầy has transformed these rest notes into silent moments in life, times when we need to let go and calm down.

Terry Lee

Phần 3

Section 3

Ác mộng rừng khuya

English translation by Terry Lee & Phe X. Bach

Ác mộng rừng khuya

Lại ác mộng bởi rừng khuya tàn bạo đấy,
Thịt xương người vung vãi lối anh đi.
Nhưng đáy mắt không căm thù đỏ cháy,
Vì yêu em trên cây lá đọng sương mai.

Anh chiến đấu nhọc nhằn như cỏ dại,
Thoảng trông em tà áo mỏng vai gầy,
Ôi hạnh phúc, anh thấy mình nhỏ bé,
Chép tình yêu trên trang giấy thơ ngây.

Đời khách lữ biết bao giờ yên nghỉ,
Giữa rừng khuya nằm đợi bóng sao mai.
Để một thoáng giấc mơ tàn kinh dị,
Dáng em buồn bên suối nhỏ mây bay

Tuệ Sỹ

Nightmares in the forest - TL

Nightmares after nightmares, because of brutal forest fires,
Human flesh and bones are scattered in my path.
But deep in my eyes, there is no red burning hatred,
Because I love her like morning dews love leaves.

I have been fighting as hard as wild grass,
Catching a glimpse of her thin dress and slim shoulders,
Oh so happy, how small I am that I can
Describe my sweet love to her on a blank sheet of paper.

Living the life of a solo traveler, I never have a rest,
Lying in a night forest, waiting for the morning star.
At the moment awoken from the nightmare,
By a small cloudy stream, mounted her sad silhouette.

Translated by Terry Lee

Bài ca cô gái Trường Sơn

Nàng lớn lên giữa quê hương đổ nát
Tay mẹ gầy mà đất sống hoang khô
Đàn em nhỏ áo chăn không sưởi ấm
Tuổi trăng tròn quanh má đọng sương thu

Những đêm lạnh tóc nàng hương khói nhạt
Bóng cha già thăm thẳm tận u linh
Tuổi hai mươi mà đêm dài sương phụ
Ngọn đèn tàn tang trắng phủ mênh mông.

Suốt mùa đông nàng ngồi may áo cưới
Đẹp duyên người mình vẫn phận rong rêu
Màu hoa đỏ tay ai nâng cánh bướm
Mà chân mình nghe cát bụi đìu hiu.

Vào buổi sớm sao mai mờ khói hận.
Nghe quanh mình lang sói gọi bình minh
Đàn trẻ nhỏ dắt nhau tìm xó chợ
Tìm tương lai tìm rác rưởi mưu sinh

Từ những ngày Thái Bình Dương dậy sóng.
Quê hương mình khô quạnh máu thù chung
Nàng không mơ buổi chiều phơi áo lụa
Mơ Trường Sơn với vợi bóng anh hùng

Từ tuổi ấy nghe tim mình rộn rã
Nàng yêu người dâng trọn khối tình chung
Không áo cưới mà âm thầm chinh phụ
Không chờ mong mà ước nguyện muôn trùng.

Rồi từ đó tóc thề cao ước nguyện
Nên bàn chân mòn đá sỏi Trường Sơn
Thân bé bỏng dập dìu theo nước lũ
Suối rừng sâu ánh mắt vọng hoa nguồn.

Trường Sơn ơi bóng tùng quân ngạo nghễ
Phận sắn bìm lây lất với hoàng hôn
Quê hương ơi mấy nghìn năm máu lệ
Đôi vai gầy dâng trọn cả mùa xuân.

Tuệ Sỹ

A song of Trường Sơn girl - TL & PB

She grew up in the midst of her ruined country
Her mother's hands are bony, yet her land is barren and withered
Her younger siblings' clothes and blankets are insufficiently warm
During the teenage years, her cheeks were always stagnated with autumn dews.

In cold nights, her hair looks like faded smoke
Her elderly father is far away in his abysmal realm
Only at twenty, her long nights are much like those of a widow
In fading light, her bedroom is like a vast, white mourning veil

She sews wedding gowns throughout the winter
For other girls' happiness, but not hers
While the bride's hands hold up red flowered butterfly wings
Her feet smell gloomy sand and dust.

One morning, the sky was marred by smokes of hatred,
But around her, the wolves called it a new dawn,
Minors led one another to the flea market,
Searching for food from the waste to search for their future.

From the day the Pacific Ocean's waves furiously raved,
Our homeland's blood was dried out by our enemy
She stops dreaming of the afternoons when she sun-dried silk clothes
Instead, she starts dreaming of the heroic Trường Sơn Mountain Range.

Since that day, pounded with excitement,
She loves the hero with all of her heart.
Even without a wedding gown, she quietly considers herself a warrior's wife
Not waiting in vain, she makes thousands of wishes.

She cuts her hair short, praying
That her feet wear out the rock and gravel of Trường Sơn
And her small body flits in and out of flood water
Deep in a forest stream, her eyes wish to find a plethora of flowers.

Trường Sơn, oh, how a proud and great man you are!
The cassavas shamefully linger in the sunset.
Oh, my homeland, you have suffered thousands of years of bloodshed
Although only with slender shoulders, I am willing to give up all my spring years.

Translated by Terry Lee and Phe X. Bach

Chú thích:
Độc giả nên hiểu 4 câu cuối của bài thơ là lời của cô gái. Cô gọi Trường Sơn là tùng quân (chồng), và cô sẵn sàng dâng trọn tuổi xuân cho quê hương.

Thơ không phải để ca hát khi no say, mà thơ là tiếng nói vô thanh của vũ trụ, là lời nguyện cầu của dân tộc khi bị áp bức.

Mời bạn đọc lại và đọc thật chậm phân đoạn 4 của bài thơ. Chỉ đọc thoáng qua làm sao hiểu được nỗi lòng của thầy.

Note:
Readers should understand that the last 4 lines are the words of the girl. She considers herself Trường Sơn's wife, and she is willing to give up her spring years for her country.

Poetry is not for singing when one's stomach is full, but poetry is the voiceless sounds of the universe, the prayer of a nation when oppressed.

Please read again the fourth paragraph. A quick glance of his poems will not help you understand what is conveyed in his poems.

Terry Lee

Bài thơ bỏ sót

Bóng tôi xa đêm dài phố thị
Nhớ con đường thơm ngọt môi em
Ôi là máu tủi hờn nô lệ
Bóng tôi mờ suối nhỏ đêm đêm.

   Tuệ Sỹ

English translation by Terry Lee & Phe X. Bach

Unomitted poem - PB

My shadow is displacing in a deep
long night in the city, Remember
the path that fills with sweet lips,
Oh that is red blood with hatred
and the notion of slave
My thin shadow is fading
With the small stream
Night after night.
Each night
Night.

    Translated by Phe X. Bach

Chú thích:
Đây là 4 câu của bài "Nhớ con đường thơm ngọt môi em". Tôi dịch theo dạng Etheree ngược, câu đầu 10 âm, và mỗi câu sau bớt đi 1 âm.

Note:
The translation is written in Etheree (10 to 1 syllables) form.

Phe X. Bach

Bình minh

Tiếng trẻ khóc ngân vang lời vĩnh cửu
Từ nguyên sơ sông máu thắm đồng xanh
Tôi là cỏ trôi theo dòng thiên cổ
Nghe lời ru nhớ mãi buổi bình minh.

Buổi vô thủy hồn tôi từ đáy mộ
Uống sương khuya tìm sinh lộ viễn trình
Khi nắng sớm hôn nồng lên nụ nhỏ
Tôi yêu ai, trời rực ánh bình minh.

Đôi cò trắng yêu nhau còn bỡ ngỡ
Sao mặt trời thù ghét tóc nàng xinh?
Tôi lên núi tìm nỗi buồn đâu đó
Sao tuổi thơ không khóc buổi bình minh?
    Tuệ Sỹ

Dawn - PB

The sound of a crying baby resounds words of eternity
In primeval times rivers of blood bathe the green fields
I am the grass swept along the current of antiquity
Listening to the lullaby that reminds me always of dawn.

At the unbeginning my soul arises from the depth of the grave
Gulping down the wee hours dew in search of a long-journeyed life path
When the aurora sun places its kiss onto the budding petals
No matter whomever I love, dawn breaks out blazingly.

A pair of white herons in love stay unfledged
Why should the sun loathe her graceful hair?
I ascend the mountain in search of some vague melancholy
Why doesn't youth shed tears for dawn?

Translated by Phe X. Bach

Bóng cha già

Mười lăm năm một bước đường
Đau lòng lữ thứ đoạn trường Cha ơi
Đêm dài tưởng tượng Cha ngồi
Gối cao tóc trắng rã rời thân con
Phù sinh một kiếp chưa tròn
Chiêm bao hạc trắng hãi hùng thiên cơ
Tuần trăng cũ nước tình cờ
Lạc loài du tử mắt mờ viễn phương
Tàn canh mộng đổ vô thường
Bơ vơ quán trọ khói sương đọa đày
   Tuệ Sỹ

Picturing my elderly father - TL & PB

Fifteen years I have been away,
Oh father, it's such heartbreaking pain for this wanderer
Picturing you sitting through long nights
With white hair laid on a tall pillow, my body consternates.
In this incomplete cycled makeshift life
Dreaming of white crane is a premonition of sad news
The coincident meeting of the moon phase and the tides
Causes this wanderer's eyes wet from looking to continue his journey
When the dream is over, facing that life is impermanent
I find myself alone in an inn, lost in a dense mist of smog.

Translated by Terry Lee and Phe X. Bach

Chú thích:
Câu thứ 6: "Chiêm bao hạc trắng hãi hùng thiên cơ". "Tuổi hạc" là chữ dành cho các bậc cao niên. Vì thế, nằm mơ thấy chim hạc được nhiều người cho rằng đây là điềm báo cha hay mẹ lớn tuổi sắp qua đời.

Trong bài thơ "Tống Biệt" của thi sĩ Tản Đà (1889-1939) có câu:

    Đá mòn, rêu nhạt, nước chảy, hoa trôi
    Cái hạc bay lên vút tận trời,

ý nói người chết cưỡi hạc bay lên sống trên cõi tiên.

Câu chót: Bơ vơ quán trọ. Chữ "quán trọ" trong thơ thầy có nhiều nghĩa, nó có thể là 1 cái quán trọ cho người lữ hành, mà nó cũng có thể là thời gian con người sống tạm bợ trên trái đất, như ở trong 2 câu thơ thầy viết ở bài Kết Từ:

    Ngược xuôi nhớ nửa cung đàn
    Ai đem quán trọ mà ngăn nẻo về?

Note:
In the 6th line, "Dreaming of white crane is a premonition of sad news". White crane is an idolatrous symbol of elderly people. Dreaming of white crane is thought by many people as a sign that their elderly parents might not live long.

In Tản Đà's poem "Farewell", his verse

> Worn rocks, pale moss, runaway water, drifted flowers
> The crane soars into the sky

means that the crane is the means of transport for dead people to reach the fairy realm.

In the last line, "inn" might not just be an inn, it could be the time of our makeshift life on Earth, as expressed in his poem "In Conclusion":

> Back and forth, reminiscing the last half step
> Who places the inn there, blocking my way home?

Terry Lee and Phe X. Bach

Buổi sáng tập viết chữ thảo

Sương mai lịm khói trà
Gió lạnh vuốt tờ hoa
Nhẹ nhẹ tay nâng bút
Nghe lòng rộn âm ba

Tuệ Sỹ

Practicing Chinese cursive script in the morning - PB

The morning frost suppresses the spiraling vapor of the tea
The freezing wind strokes the writing paper
Gently raising the brush,
I hear my heart pumped up with vibes.
   Translated by **Phe X. Bach**

Cánh chim trời

Một ước hẹn đã chôn vùi tang tóc
Cánh chim trời xa mãi giữa lòng sâu
Nghe một nỗi hao mòn trong thoáng chốc
Một mùa thu một vạn tiếng kêu gào

Khuya còn lạnh sương mù và gió lốc
Thở hơi dài cát bụi cuốn chiêm bao
Bên cửa sổ bên kia đồi sao mọc
Một lần đi là vĩnh viễn con tàu

Đi để nhớ những chiều pha tóc trắng
Mắt lưng chừng trông giọt máu phiêu lưu…

Tuệ Sỹ

A bird in the sky - PB

A promise buried in mourning
A free bird disappearing into the depths of the heart,
I hear weariness momentarily
An Autumn filled up with the reverberation of thousands of wails

The wee hours soaked in chilly mist and windstorms
Deeply breathing in dream-engulfing dust
The stars are rising over the hill yonder on the other side of the window
Once parted, the ship is leaving forever.

Leaving to remember those white-tainted hair evenings
With eyes staring at the adventure-prone blood drops.

Translated by Phe X. Bach

Cây khô

Em xõa tóc cho cây khô sầu mộng
Để cây khô mạch suối khóc thương nhau
Ta cúi xuống trên nụ cười chín mọng
Cũng mơ màng như phố thị nhớ rừng sâu.

Tuệ Sỹ

Dying tree - TL

You let your hair down for the dying tree to dream
That the dying tree and the aquifer cry for each other.
I bend down on the tree, with a ripe smile on my lips
My daydream is akin to the city missing the forest.

Translated by Terry Lee

Dying tree - PB

Letting your hair flow— making the dying tree experiences a melancholy dream
The dying tree and the flowing stream mourn together
Bending over the ripe smile
Dreamily as the city misses deep forest.

Translated by Phe X. Bach

Cho ta chép nốt bài thơ ấy

Ôi nhớ làm sao, Em nhỏ ơi!
Từng đêm ngục tối mộng Em cười
Ta hôn tay áo thay làn tóc
Nghe đắng môi hồng lạnh tím người!
Đừng ghét mùa mưa, Em nhỏ ơi!
Nằm ru vách đá, chuyện lưu đày
Cho ta chút nắng bên song cửa
Để vẽ hình Em theo bóng mây.
Cho đến bao giờ, Em nhỏ ơi!
Tường rêu chi chít đọng phương trời
Là ta chép nốt bài thơ ấy
Để giết tình yêu cả mộng đời.
   Tuệ Sỹ

Let me compose the lyrics for that poem - PB

Oh how much it missed dearly, the little lover/sentient being!
Each night in the dark dungeon, dreaming the little dear laugh
I kissed the shirt sleeve instead of that hair
Tasting that bitterness by pink lips, chilling the whole body!
Hate not to that rainy season, the little lover/sentient being!
Laying and singing to the cliff- the story of exile
Giving me a little bit of sunshine in the prison bar
To draw the little dear floating with the clouds.
Until when, the little lover/sentient being!
The moss walls deposit across the scattered sky
It is me who composed the lyrics for that poem
To kill the romantic love and dream in this life.

Translated by Phe X. Bach

Cỏ dại ven bờ

Không vì đời quẫn bức
Nhưng vì yêu rừng sâu
Bước đường vẫn tủi nhục
Biết mình đi về đâu

Ta muốn đi làm thuê
Đời không thuê sức yếu
Ta mộng phương trời xa
Trời buồn mây nặng trĩu

Ven bờ thân cỏ dại
Sức sống thẹn vai gầy
Tóc trắng mờ biên ải
Nỗi hờn mây không bay

Mây không trôi về Bắc
Người mơ về Trường sơn
Nắng chiều rưng tủi nhục
Người trông trời viễn phương.

Tuệ Sỹ

Wild grass by the riverbank - TL

I love to live in a forest,
But not because I am poor.
Because when my trip is to be humiliated,
Where else can I go?

I want to be employed for work,
But who employs weak people?
I want to go far away,
But heavy clouds threaten sad rains.

Wild grass by the riverbank
Shows its strength, embarrassing my thin shoulders.
White hair obscures the frontier.
Clouds, due to heavy resentments, don't drift.

As clouds don't drift to the North,
People dream of miracles from the Trường Sơn mountain.
Afternoon sunshine brings tears of humiliation to the eyes,
Of those who only yearn for a faraway land.

Translated by Terry Lee

Wild grass by the riverbank - PB

Not because life is miserable nor I am impoverished
But because I adore the deep forest
the journey is still humiliating.
Uncertain of where I'm going or coming back

I am interested in working for a commission.
But to who hires frail / feeble people.
While I daydream of a faraway realm,
a torrent of melancholy is foreshadowed by the presence of
dense clouds.

Wild grass by the riverbank
Its strength is displayed, which humiliates my slender
shoulders.
The frontier is obscured by white hair.
As a result of intense resentment, clouds fail to disperse.

As clouds don't drift to the North,
I dream of the Truong Son mountain range.
Afternoon sunshine brings tears of humiliation to my eyes,
I yearn for a realm far away.

Translated by Phe X. Bach

Cuối năm

Lận đận năm chầy nữa
Sinh nhai ngọn gió rừng
Hàng cà phơi nắng lụa
Ngần ngại tiếng tha phương

    Tuệ Sỹ

The year end - PB

Beset with difficulties, another year lingers
Livelihood amid the forest winds
Rows of sun-dried garden eggs in the silky sunshine
Hesitatingly reverberate the diaspora calls

Translated by Phe X. Bach

Dạ khúc

Tiếng ai khóc trong đêm trường uất hận,
Lời ai ru trào máu lệ bi thương,
Hồn ai đó đôi tay gầy sờ soạng,
Là hồn tôi tìm dấu cũ quê hương.

Ai tóc trắng đìu hiu trên đỉnh tuyết
Bước chập chờn heo hút giữa màn sương
Viên đá cuội mấy nghìn năm cô quạnh
Hồn tôi đâu trong dấu tích hoang đường?

Tuệ Sỹ

Serenade - TL

Who cries in the long night of resentful bitterness?
Who sings a lullaby filled with sorrowful tears and blood?
Whose soul blindly fumbles with his slender hands?
It's my soul searching for traces of my lost homeland.

Who has grey hair, and is forlornly wandering on the snow peak?
Who has staggering steps, remotely in the foggy veil?
A pebble lying by itself for thousands of years,
Where is my soul in these mythical ruins?

Translated by Terry Lee

Hạ sơn

Ngày mai sư xuống núi
Áo mỏng sờn đôi vai
Chuỗi hạt mòn năm tháng
Hương trầm lỡ cuộc say

Bình minh sư xuống núi
Tóc trắng hờn sinh nhai
Phương đông mặt trời đỏ
Mùa hạ không mây bay

Ngày mai sư xuống núi
Phố thị bước đường cùng
Sư ho trong bóng tối
Điện Phật trầm mông lung

Bình minh sư xuống núi
Khóe mắt còn rưng rưng
Vì sư yêu bóng tối
Ác mộng giữa đường rừng

    Tuệ Sỹ

Descending the mountain trail - PB

Tomorrow, the monk is descending the mountain
His thin kasaya faded at his shoulders
His prayer beads worn out with time
The ambrosial incenses stave off inebriation

At dawn, he descends the mountain
His gray hair sulkily pouting at life
In the east, the sun is turning red
A summer without lingering clouds

Tomorrow the monk is descending the mountain
Stopping at the end of town
He coughs in darkness
The Buddha temple is looming in the dim distance

At dawn, the monk descends the mountain
Tears still welling up in his eyes
Since he loves the darkness,
the nightmare amongst the forest paths.

Translated by Phe X. Bach

Hạt cát

Nữ vương ngự huy hoàng trong ráng đỏ
Cài sao hôm lấp lánh tóc mai
Bà cúi xuống cho đẹp lòng thần tử
Kìa, khách lạ, ngươi là ai?

Tôi sứ giả Hư vô
Xin gởi trong đôi mắt Bà
Một hạt cát.

    Tuệ Sỹ

A grain of sand - TL & PB

The Queen gloriously sits in her scarlet sun-cast afterglow.
She is wearing a dazzling Hesperus hairband.
To impress her countryman, she lowers her head
There, stranger, who are you?

I am the messenger of Nothingness.
I'd like to put in your eye
A grain of sand.

Translated by Terry Lee and Phe X. Bach

Hận thu cao

Quỳ xuống đó nghe hương trời cát bụi
Đôi chân trần xuôi ảo ảnh về đâu
Tay níu lại những lần khân chìm nổi
Hận thu cao mây trắng bỗng thay màu

Ta sẽ rủ gió lùa trên tóc rối
Giọng ân tình năn nỉ bước đi mau
Còi rộn rã bởi hoang đường đã đổi
Bởi phiêu lưu ngày tháng vẫn con tàu

Vẫn lăn lóc với đá mòn dứt nối
Đá mòn ơi cười một thuở chiêm bao
Quỳ xuống nữa ngủ vùi trong cát bụi
Nửa chừng say quán trọ khóc lao xao

Tay níu nữa gốc thông già trơ trọi
Đứng bên đường nghe mối hận lên cao

Tuệ Sỹ

English translation by Terry Lee & Phe X. Bach

Autumn bitterness rising - TL

Kneel down to smell the heavenly scent and hear sand and dust talk,
With bared feet, where do you go to pursue your illusions,
While your hands still hold back submerged and floating languid times?
In bitter autumn, white clouds suddenly change color.

I will invite the wind to blow your tangled hair,
And sweet talk you to quicken your steps.
The ship horn boisterously sounds because it's time for fantasies to change,
And because it's time to start your adventure.

Still rolling is the slippery, worn rock,
Oh worn rock, laugh as loud as in your last dream.
Kneel down again, sleep burying in the dust,
And sparingly cry at an inn in your half-drunk dream.

Grab an old, lonely pine stump,
To stand on the side street, feel the autumn bitterness rising.

Translated by Terry Lee

Hận Thu Cao

Thơ: Tuệ Sỹ
Nhạc: Cung Minh Huân

Reprinted with permission from Cung Minh Huan

English translation by Terry Lee & Phe X. Bach

Hoài niệm

Một đêm thôi mắt trầm sâu đáy biển
Hai bàn tay khói phủ tóc tơ xa
Miền đất đó trăng đã gầy vĩnh viễn
Từ vu vơ bên giấc ngủ mơ hồ

Một lần định như sao ngàn đã định
Lại một lần nông nổi vết sa cơ
Trời vẫn vậy vẫn mây chiều gió tĩnh
Vẫn một đời nghe kể chuyện không như
Vẫn sống chết với điêu tàn vờ vĩnh
Để mắt mù nhìn lại cõi không hư

Một lần ngại trước thông già cung kính
Chẳng một lần nhầm lẫn không ư?
Ngày mai nhé ta chờ mi một chuyến
Hai bàn tay khói phủ tóc tơ xa

Tuệ Sỹ

Reminiscence - PB

Just in one night, my hollow eyes plunged sunken to the depths of the ocean
The palms of my hands cosseted her silky hair in a hazy fog far away
On that land, the moon has been waning permanently
Gibberish accosting an unsettled sleep

Once decided as the myriad constellations had decided
Ill judgment, one more time, predicated the vestige of misfortune
The firmament remains as ever is, with the same evening clouds and the quiet winds
The same one existence to listen to stories of nothingness
To live and to die with spurious devastations
For the blind eyes to look again at nothingness

Hesitating once to bow down to the aged pine
Not acceptable even when one sins only once?
For tomorrow then, for thee, I will wait one more time
The palms of my hands cosseted her silky hair in a hazy fog far away

Translated by Phe X. Bach

Hương ngày cũ

Màu nắng xế ôi màu hương tóc cũ
Chiều trơ vơ chiều dạt mấy hồn tôi
Trời viễn mộng đọa đầy đi mấy thuở
Mộng kiêu hùng hay muối mặn giữa trùng khơi

Tuệ Sỹ

The aroma of yesteryear - PB

The color of the waning afternoon; Oh! The old color from the fragrance of her hair
Solitary evenings, evenings that swat away many souls of mine
Exiled for ages by zillions of utopian dreams
Heroic dreams or just the salty sea salt in the immense ocean

Translated by Phe X. Bach

Scent of old days - TL

The sunset color. Oh, it's the color of old hair.
A lonely afternoon steals my soul,
And torments my distant past dreams.
Are these dreams valiant, heroic or just the salt of the sea?

Translated by Terry Lee

Kết từ

Ngược xuôi nhớ nửa cung đàn
Ai đem quán trọ mà ngăn nẻo về?
   Tuệ Sỹ

In conclusion - TL

Back and forth, reminiscing half the melody
Who places the inn there, blocking my way home?
Translated by Terry Lee

Chú thích:
Đạo Phật tin vào Luân hồi. Đời sống chỉ là một đoạn đường ngắn ngủi. Sau khi chết, nó sẽ tiếp tục với một đời sống khác, có là người hay không, tùy nghiệp báo.

Vì thế, đời sống chỉ là một quán trọ. Có người ngược xuôi để tìm cầu danh vọng, tiền bạc. Nhưng thầy ngược xuôi chỉ để nhớ nửa cung đàn.

Note:
Buddhists believe in Reincarnation. Our life is just a short journey. After death, it will continue with our next life, human or not, depending on our karma.

Therefore, life is just an inn. Some people go back and forth to seek fame and/or money. But Thầy goes back and forth because he simply misses half the melody.

Terry Lee

Last words - PB

Going back and forth through life, I remembered half the length of the keyboard
Who used the "inn"* to stop us from getting back home?

Phe X. Bach

---

* In Thay's poem, the word 'inn' signifies not solely his wrongful incarceration, but also his subsequent rebirth, a phase of human existence on Earth, and ultimately one's sojourn until attaining Nirvana. His unwavering integrity is what he imparts to the entire Vietnamese populace.

Khung trời cũ

Đôi mắt ướt tuổi vàng khung trời hội cũ,
Áo màu xanh không xanh mãi trên đồi hoang,
Phút vội vã bỗng thấy mình du thủ,
Thắp đèn khuya ngồi kể chuyện trăng tàn.

Từ núi lạnh đến biển im muôn thuở,
Đỉnh đá này và hạt muối đó chưa tan,
Cười với nắng một ngày sao chóng thế,
Nay mùa đông mai mùa hạ buồn chăng.

Đếm tóc bạc tuổi đời chưa đủ,
Bụi đường dài gót mỏi đi quanh,
Giờ ngó lại bốn vách tường ủ rũ,
Suối rừng xa ngược nước xuôi ngàn.

   Tuệ Sỹ

Reminiscing old gatherings - TL

Reminiscing old gatherings: watery eyes, glittering youthful age and bright sky,
A fading blue dress is no longer blue on a deserted hill.
In a rush moment I find myself a vagabond,
Lighting up a lamp, waiting for the moon to fade, I tell stories.

For thousands of years, from chilly mountain to silent sea,
This rock top and that salt grain remain undissolved.
Smiling with the sunlight, why does a day pass so quickly?
Today winter, tomorrow summer, should I be sad?

I am not too old to count my grey hairs,
Tired heels, I have wandered through long, dusty roads.
Looking back, when I only stayed inside four gloomy walls,
Streams were running up and down in distant forests.

Translated by Terry Lee

Chú thích:
Bài này được thi sĩ Bùi Giáng ca ngợi như sau: "Mới nghe bốn câu đầu thôi, tôi đã cảm thấy lạnh buốt linh hồn, tê cóng cả cõi dạ. Mở lời ra, nguồn thơ trực nhập vào trung tâm cơn mộng chiêm niệm. Đầy đủ hết mọi yếu tố bát ngát: một cung trời xán lạn bao la, một hội cũ xao xuyến, một tuổi vàng long lanh".

Bạn có thấy sự kỳ diệu đầy chất Thiền khi thầy viết đỉnh đá trên núi lạnh và hạt muối dưới biển im vẫn chưa tan dù đã trải qua muôn thuở?

Note:
Famous Vietnamese poet Bùi Giáng commended this poem, saying, "I felt cold in my soul and numb in my heart just from the first paragraph. The lyrical source nails the bullseye of the meditative dream in its opening. It possesses all of the enormous elements: a wide firmament, a fluttering old gathering, and a gleaming youthful age".

Do you see the Zen magical beauty in his poetry that a boulder on a chilly mountain summit and a grain of salt in a silent sea can both remain undissolved for thousands of years?

Terry Lee

Old time firmament - PB

Wet eyes of the golden age amidst old time gatherings
The green dress not green for ever on the deserted hills
In a flash, realizing oneself a drifter
Lighting up the evening lamp and telling stories of the waning moon

From the cold mountains to the eternally silent seas
This rock top and that grain of salt have not disintegrated
How quickly evaporating is a smile to a sunny day
Winter nowadays and next, summer; is it cause for sadness?

The gray hairs counted outdistance life experiences
The long dusty road wearies the going round and round steps
Now I look back at the four walls drooping
The forest torrent far away standing opposite the water streaming down the mountains.

Translated by Phe X. Bach

Luống cải chân đồi

Vác cuốc xuống chân đồi
Nắng mai hồng đôi môi
Nghiêng vai hờn tuổi trẻ
Máu đỏ rợn bên trời

Sức yếu lòng đất cứng
Sinh nhai tủi nhục nhiều
Thân gầy tay cuốc nặng
Mắt lệ nóng tình yêu

Thầy tóc trắng bơ vơ
Con mắt xanh đợi chờ
Đèn khuya cùng lẻ bóng
Khúc ruột rối đường tơ

Tuổi Thầy trông cánh hạc
Cánh hạc vẫn chốc mòng
Mắt con mờ ráng đỏ
Ráng đỏ lệ lưng tròng

Chân đồi xanh luống cải
Đời ta xanh viễn phương
Sống chết một câu hỏi
Sinh nhai lỡ độ đường.

    Tuệ Sỹ

Vegetable beds at the foothills - TL & PB

With a hoe on my shoulders, I made my way down the hill.
The morning sun made my lips blush.
I grieved my youth, my shoulders bowed.
The sky appeared to be crimson.

Weak arms versus abrasive dirt.
Full of dishonorable indicators of livelihood.
A slim body contrasted a bulky hoe.
The watery eyes were warmed by love.

My father, helpless with white hair.
I, longing with red eyes.
We were both lonely in the late evenings.
Our broken hearts were twisted with knots.

Father in his golden years
likes a sack on the shelf.
My eyes are bloodshot and dull.
Red clouds filled with tears.

The hillsides are greened with vegetable beds.
Our existence is more dispersed.
Our livelihood has pushed to the roadside
the question of life and death.

Translated by Terry Lee and Phe X. Bach

Chú thích:
Vì thơ thầy chứa đầy lời lẽ trừu tượng, chúng tôi xin giải thích thêm vài chỗ.

Ở phân đoạn 3, chúng tôi đứt ruột với câu thơ của thầy:

Câu đầu: Thầy tóc trắng bơ vơ. Thầy (cha, mẹ) đã già, tóc trắng, sống bơ vơ không người chăm sóc. Chúng tôi dịch: "my father, helpless with white hair".

Câu thứ 2: Con mắt xanh đợi chờ. Con đợi chờ ngày về gặp lại cha mẹ đến xanh mắt. Ở đây, chữ xanh mắt được chúng tôi dịch là đỏ mắt, vì ở tiếng Anh blue eyes hay green eyes dùng cho những người mà mắt có màu như vậy là vì gene của họ, chúng không được dùng để chỉ cho sự biến đổi màu sắc của mắt vì khóc hay vì nhớ thương. Chúng tôi dịch: "I, longing with red eyes".

Hai câu 1 và 2 được dịch để đối chiếu với nhau, đúng như nguyên văn câu thơ của thầy:

> Thầy tóc trắng bơ vơ
> Con mắt xanh đợi chờ
>
> My father, helpless with white hair
> I, longing with red eyes.

Câu thứ 3 và 4:

> Đèn khuya cùng lẻ bóng
> Khúc ruột rối đường tơ.

Cả 2 chúng ta cùng lẻ bóng (đơn chiếc) và cùng đứt ruột nhớ nhau. Câu "khúc ruột rối đường tơ" hay quá, nên chúng tôi ban đầu dịch là "our intestines were knotted like threads", nhưng khi nói tới "lòng" hay "ruột", thì người Tây phương thường nghĩ tới trái tim hơn, thí dụ đau lòng là heartbroken. Vì thế chúng tôi đổi lại "Our broken hearts were twisted with knots".

Ở phân đoạn 4, chữ "cánh hạc" tiếng Việt dùng để chỉ những người lớn tuổi, nên câu "tuổi thầy trông cánh hạc" chúng tôi dịch là "golden years".

Còn ở câu kế tiếp, thầy nhấn mạnh "cánh hạc vẫn chốc mòng", "chốc mòng" là trông đợi đến nỗi mòng mắt (chốc = chốc lở, mòng = mòng mắt), nên chúng tôi chọn một câu thành ngữ của tiếng Anh, đó là "a sack on the shelf". Tự điển Cambridge giải thích chữ "on the shelf" là người già, không có ai để ý tới, đối với đàn bà thì đã quá tuổi lập gia đình (not noticed, if someone, usually a woman, is on the shelf, she is not married and is considered too old for anyone to want to marry her). Thi sĩ người Mỹ da đen Maya Angelou, người được Tổng thống Clinton mời đọc thơ của bà trong ngày lễ nhậm chức của ông đầu năm 1993, trong bài thơ "On Aging" (Tuổi già) viết "like a sack on the shelf" để chỉ những người già cô đơn, bị bỏ quên, như bao bố bỏ quên trên kệ.

> When you see me sitting quietly
> Like a sack left on the shelf.

Ở phân đoạn cuối, thầy viết:

> Đời ta xanh viễn phương
> Sống, chết, một câu hỏi
> Sinh nhai lỡ độ đường.

Chữ "ta" là chúng ta. Chúng ta bị đày đi nơi xa (viễn phương). Thầy thương xót chúng ta đã vì sinh nhai khó khăn nên chúng ta đã lỡ đường tìm câu trả lời cho câu hỏi Sống, Chết.

Câu hỏi đó là "Chúng ta từ đâu đến và khi chết chúng ta đi đâu?".

Note:
In the preceding Vietnamese note, we explained how we translate this poem into English when we come across words that have no counterparts or distinct meanings in English.

In the 2nd line of the 3rd paragraph, we chose "longing with red eyes" to translate the line "con mắt xanh đợi chờ", which literally means "longing with green eyes".

The structure of these two verses is symmetrical, which is a common trait in Vietnamese poetry.

> My father, helpless with white hair
> I, longing with red eyes.

The Vietnamese word "cánh hạc" in the fourth paragraph literally means crane wings. We interpreted it as "golden years", because "cánh hạc" is used to refer to elderly persons.

We chose the Maya Angelou lyric "like a sack on the shelf" to depict the impression of elderly people as inert and lonely. She is the black American poet chosen to read her poem "On the Pulse of Morning" at President Clintton's inauguration on January 20, 1993.

In her moving poem "On Aging", she wrote:

> When you see me sitting quietly
> Like a sack left on the shelf.

In the final paragraph, we changed the order of the last two lines to underline the author's point in this poem: He regrets that, due to our tough living conditions, we missed the opportunity to learn how to answer the question of life and death.

"Where did we come from, and where do we go after death?" is the question.

Terry Lee and Phe X. Bach

Mộng ngày

Ta cõi kiến đi tìm tiên động,
Cõi trường sinh đàn bướm dật dờ,
Cóc và nhái lang thang tìm sống,
Trong hang sâu con rắn nằm mơ

Đầu cửa động đàn ong luân vũ,
Chị hoa rừng son phấn lẳng lơ.
Thẹn hương sắc lau già vươn dậy,
Làm tiên ông tóc trắng phất phơ.

Kiến bò quanh nhọc nhằn kiếm sống,
Ta trên lưng món nợ ân tình.
Cũng định mệnh lạc loài Tổ quốc,
Cũng tình chung tơ nắng mong manh.

Ta hỏi kiến nơi nào cõi tịnh,
Ngoài hư không có dấu chim bay.
Từ tiếng gọi màu đen đất khổ,
Thắp tâm tư thay ánh mặt trời?

Ta gọi kiến, ngập ngừng mây bạc,
Đường ta đi, non nước bồi hồi.
Bóc quá khứ, thiên thần kinh ngạc,
Cắn vô biên trái mộng vỡ đôi.

Non nước ấy trầm ngâm từ độ,
Lửa rừng khuya yêu xác lá khô.
Ta đi tìm trái tim đã vỡ,
Đói thời gian ta gặm hư vô.

Tuệ Sỹ

Daydream - TL

On the back of an ant, searching for a sanctuary,
Where death does not exist, I find a herd of butterflies fluttering,
And some toads and frogs wandering around, looking for food,
While deep in its cave, a snake is daydreaming.

At the entrance, dancing round the forest flowers are a swarm of bees,
Proudly showing off their beautiful colors and attractive perfume.
Ashamed of their inferior colors and smell, the reeds' flowers stand up,
Looking like old angels' white hair, wavering in the wind.

Here are some ants running around, searching for their homelands.
With a heavy debt of love that I carry on my back,
I also find myself homeless, sharing the same fate with the ants,
And the love for our homelands, which is as fragile as sunlight threads.

I ask my ant where the tranquil world beyond the void is,
Where traces of bird flights can always be seen,
And from the darkness of our suffering Earth,
Rises the light of hope, in lieu of sunlight?

I call the ants, but the silver clouds loosely arrive instead,
And my homeland trembles following my path.
The angels look surprised when I unclothe my country's past,
And her dream fruit is broken in half when I bite the limitless. My country has been in stalemate,

Since the day her forests were furiously burnt down.
In search of her broken heart,
I'll bite the emptiness when I'm hungry for time.

Translated by Terry Lee

Chú thích:
Đọc "ta gọi kiến, ngập ngừng mây bạc", gọi kiến mà mây bay lại, khiến tôi có cảm tưởng như đang đọc thơ của Phó Đại Sĩ, một thiền sư nổi tiếng của Trung Hoa vào thế kỷ thứ 5. Bài thơ có câu:

人在桥上过
桥流水不流

Nhân tùng kiều thượng quá
Kiều lưu thủy bất lưu.

Người trên cầu qua lại
Cầu trôi, nước chẳng trôi.

Câu thơ "ngoài hư không, có dấu chim bay" của thầy khiến tôi liên tưởng đến câu chuyện khi hai thầy trò Mã Tổ Đạo Nhất và Bách Trượng Hoài Hải (thế kỷ thứ 8) đi dạo, thấy một đàn chim bay qua, thì Mã Tổ mới hỏi Bách Trượng là đàn chim đâu rồi, thì Bách Trượng trả lời là chúng bay mất rồi. Ngay lập tức, Mã Tổ vặn mũi của Bách Trượng thật mạnh và hỏi "hà tằng phi khứ?" (何曾飛去, từ vô thủy đến nay chúng có bao giờ bay mất đâu?), khiến trong cơn đau điếng, Bách Trượng chợt ngộ đạo. Vì thế, tôi dịch câu thơ của thầy là nơi hư không đó, dấu chim bay luôn luôn có ở đó, chẳng bao giờ biến mất.

Trong phân đoạn 3, thầy cho biết thầy đang mang món nợ trên lưng thầy, chứ không phải lưng con kiến, như em Phế nhận định (đây là suy nghĩ của tôi, đúng hay sai phải hỏi thầy). Đó là nợ Tổ quốc, một trong tứ ân của đạo Phật.

Trong phân đoạn cuối, tôi hiểu chữ "trầm ngâm" của thầy là stalemate (đóng băng, bế tắc), và "lửa rừng khuya yêu xác lá khô" là cháy dữ dội. Đó là biến cố 30/4/75. Từ ngày đó, vì đất nước đã bị đóng băng, bế tắc, thầy không ngừng đi tìm lại trái tim Việt Nam đã vỡ nát, dù đói khát cũng không làm thầy nản chí.

Tôi cũng dịch chữ "hư vô" trong câu chót của bài thơ "đói thời gian ta gặm hư vô" là emptiness, thay vì nothingness. Nothingness phủ nhận sự hiện hữu của tất cả mọi thứ, cả không gian và thời gian, còn emptiness không phủ nhận sự hiện hữu của chúng mà chỉ giữ cho tâm mình được trống vắng tuyệt đối, không bị lay động bởi ngoại cảnh. Giấc mơ có thực, không phải là nothing. Giấc mơ, dù về mặt vật chất thì chúng trống rỗng (empty), nhưng chúng là những hình ảnh sống động. Chắc chắn nhiều người đã nhiều lần la hét và đổ mồ hôi trong mơ.

Cuối cùng, tôi dịch tựa bài thơ là Daydream, thay vì Day dream, vì dream xảy ra khi ta ngủ, còn daydream xảy ra khi ta thức.

Note:

The line "ta gọi kiến, ngập ngừng mây bạc" (I call the ants, but the silver clouds loosely arrive instead) reminds me of this verse of Fudaishi, a famous Chinese Zen master in the 5th century:

人在桥上过
桥流水不流

> People on the bridge go back and forth,
> The bridge is flowing, the water is not.

The line "ngoài hư không, có dấu chim bay" (beyond the void, we can see traces of birds in flight) reminds me of a story of the master Mazu Daoyi and his student Baizhang Huaihai (8th century) seeing a flock of wild geese flying by while out for a walk. Matsu inquired of Baizhang, "Where are the birds?". "They have flown away", said Baizhang. Mazu immediately grabbed Baizhang's nose and twisted it tightly, asking, "Where could they fly to, given that they have been here from eternity?", prompting Baizhang to reach Satori (Enlightenment) while in pain. As a result, I translate this line as "traces of bird flights can always be seen in the void".

In the third paragraph, I believe the verse "ta trên lưng món nợ ân tình" signifies that our teacher bears the debt on his back, rather than the ant's back, as my friend Phe anticipates (This is my speculation, of course. Only our teacher knows whether or not it is correct). Therefore, I translated it as "With a heavy debt of love that I carry on my back". I also believe that it is the debt to the Fatherland, one of Buddhism's four domains of grace.

In the last paragraph, I translate his word "trầm ngâm" (pensive) as "stalemate" and his line "lửa rừng khuya yêu xác lá khô" (night forest bushfire loves dead, dry leaves) as the upheaval event of April 30, 1975.

Non nước ấy trầm ngâm từ độ,
Lửa rừng khuya yêu xác lá khô.

My country has been in stalemate,
Since the day her forests were furiously burnt down.

Since that day, he has never stopped searching for our country's broken heart. Hunger and thirst do not discourage him.

I also translate the word "hư vô" in the last line as emptiness, instead of nothingness. Nothingness rejects the reality of everything, including space and time, whereas emptiness acknowledges their presence but keeps one's mind completely empty, undisturbed by external circumstances. Dreams are not "nothing" at all. Dreams, despite being literally empty, include vivid visuals. Many people have undoubtedly yelled and sweated in their dreams.

Finally, I translate the title as Daydream rather than Day Dream because dreams occur while one is sleeping, whereas daydreams occur while one is awake.

Terry Lee

Day dream - PB

I rode an ant in search of fairy-grottoes
Immortal realms with flocks of meandering butterflies
Toads and tree-frogs wandering in search of life
In deep caverns, a snake slumbers in reverie.

At the grotto entrance, a swarm of bees swirled in dance
A wild flower of the crimson forest sensuous
Bashful of fragrance and hue, the old rushes straightened up
Becoming an old immortal's gently waving white hair

The ant crawled around, struggling to find life
Riding on its back a debt of love
Also, the forlorn fate of my Fatherland
Still as loyal, oh fragile threads of sunlight

I asked the ant – where is it, the Pure-land or which way to Stillness?
Beyond the void, traces of birds in flight
The voice of a blackened and bitter land from the earth
Lighting up my mind in place of the sunlight

English translation by Terry Lee & Phe X. Bach

I called the ant while silver clouds pondered
On the road of my wondering, my country anguished
Peeling away the past, heavenly beings shudder in shock
Biting into the infinite expanse, a dream shattered in two

A nation, sunk in grief ever since
Midnight fires in the forest embracing dead and desiccated leaves
I go in search of a shattered heart
Starving for time, biting into nothingness.

Translated by Phe X. Bach

Mộng trường sinh

Đá mòn phơi nẻo tà dương
Nằm nghe nước lũ khóc chừng cuộc chơi
Ngàn năm vang một nỗi đời
Gió đưa cuộc lữ lên lời viễn phương
Đan sa rã mộng phi thường
Đào tiên trụi lá bên đường tử sinh
Đồng hoang mục tử chung tình
Đăm chiêu dư ảnh nóc đình hạc khô.

Tuệ Sỹ

The dream of everlasting life - PB

Eroded stones bring forth their sunset rays-covered pathways
Listening supine to overflowing water crying over human comedies
Across millennia resounds the echo of the anxious being
The wind is sending human existence onto an aimless journey
As cinnabar melts away, the dream of everlasting life vanishes
The denuded divine peach trees lay bare on the roadside of birth and death
On to the desert of existence still hangs the loyalty of the Taoists
Meditating on the remnant of an illusionary image on the pinnacle of the Temple of a dead swan.

Translated by Phe X. Bach

Một bóng trăng gầy

Nằm ôm một bóng trăng gầy
Vai nghiêng tủi nhục hờn lay mộng tàn
Rừng sâu mấy nhịp Trường sơn
Biển đông mấy độ triều dâng ráng hồng

Khóc tràn cuộc lữ long đong
Người đi còn một tấm lòng đơn sơ?
Máu người pha đỏ sắc cờ
Phương trời xé nửa giấc mơ dị thường

Quân hành đạp nát tà dương
Khúc ca du tử bẽ bàng trên môi
Tình chung không trả thù người
Khuất thân cho trọn một đời luân lưu

Tuệ Sỹ

A waning moon - PB

Lying down in an embrace of the thin crescent moon
Shoulders sloping down under shame; resentment shaking the waning dreams
Deep forests are sizing up the range of the Trường Sơn
The Eastern Sea calculating how many tides there are with afterglows still

Wailing his heart out throughout the wearying journey
Does the traveler still have an innocent heart?
Human blood has soaked the flag red
The firmament is torn in halves in an anomalous dream

Military marches have smashed crepuscules
Demurringly the drifter's tune languishes on his lips
Omnipotent love requires no revenge
Hermitage would then round off a drifter's life

Translated by Phe X. Bach

A slender moon - TL

Reclining, I embrace a slender moon
Shoulders tilted in shame, dreams awaken by resentment
Deep forests spread out several spans in the Trường Sơn range
Red clouds glow on top of the waves in the Eastern Sea.

Crying for a troublesome journey,
Can one still keep a simple heart?
Human blood has soaked the flag red,
In my anomalous dreams, the heavenly sky was torn in half.

Military marches trampled the sunset
Songs are only humiliation on the tourist's lips
As love should take no revenge from their partner,
Seclude to complete one's wandering life.

Translated by Terry Lee

Một thoáng chiêm bao

Người mắt biếc ngây thơ ngày hội lớn
Khóe môi cười nắng quái cũng gầy hao
Như cò trắng giữa đồng xanh bất tận
Ta yêu người vì khoảnh khắc chiêm bao
Tuệ Sỹ

Fleeting glimpse of a dream - PB

Your deep innocent eyes on that day of gala
And your graceful smiling lips dim the dazzling rays of the sun
Incarnating the virginal heron in the midst of the endless verdant prairie
In the fleeting glimpse of a dream, I'm in love with thee.

   Translated by Phe X. Bach

Mưa cao nguyên

1.

Một con én một đoạn đường lây lất
Một đêm dài nghe thác đổ trên cao
Ta bước vội qua dòng sông biền biệt
Đợi mưa dầm trong cánh bướm xôn xao

2.

Bóng ma gọi tên người mỗi sáng
Từng ngày qua từng tiếng vu vơ
Mưa xanh lên tóc huyền sương nặng
Trong giấc mơ lá dạt xa bờ

3.

Người đứng mãi giữa lòng sông nhuộm nắng
Kể chuyện gì nơi ngày cũ xa xưa
Con bướm nhỏ đi về trong cánh mỏng
Nhưng về đâu một chiếc lá xa mùa

4.

Năm tháng vẫn như nụ cười trong mộng
Người mãi đi như nước chảy xa nguồn
Bờ bến lạ chút tự tình với bóng
Mây lạc loài ôi tóc cũ ngàn năm

Tuệ Sỹ

Highland rain - TL

1.

Like a swallow lingering on a stretch of road,
After a long night listening to the waterfall pouring down from above,
I hurriedly cross the river for a long voyage,
Like a butterfly, eagerly waiting for a drenching rain.

2.

A spirit calls your name each morning, didn't you hear it?
Eventually, the sound becomes unnoticeably senseless.
In your dream, leaves drift away from riverside,
Green rain and heavy mist fall on your black hair.

3.

I keep standing here, in this sunlit river,
What stories can I tell from our old days?
A butterfly, even with thin wings, flutters out and back,
But where can I, an out-of-season leaf, go?

4.

Time is like a smile in a dream.
You keep going, like a runaway river.
To tell your emotions to your shadow on foreign shores.
Oh, those stray clouds! You were my hair thousands of years ago.

Translated by Terry Lee

Chú thích:
Ở câu đầu bài thơ "Một con én một đoạn đường lây lất", lây lất có nghĩa là liên miên (theo *Tự điển Việt Nam của Hội Khai Trí Tiến Đức*) như trong câu "làm lây lất", "sống lây lất via hè", vân vân. Như vậy, đoạn đường không thể nào lây lất, nên tôi nghĩ có lẽ thầy muốn nói là con én đã sống lây lất ở đoạn đường đó. Vì thế tôi dịch "a swallow lingers on a stretch of road".

Câu thứ 3 là "Ta bước vội qua dòng sông biền biệt". Biền biệt có nghĩa là đi mất hút, rất lâu không về. Theo tôi, nếu là dòng sông biền biệt thì đó là một con sông thật dài, chảy mất hút tới khi out of sight, còn không thì là ta bước vội qua dòng sông mà đi biền biệt. Tôi nghĩ nghĩa thứ hai có lý hơn.

Để bạn hiểu bài thơ này, tôi xin giải thích từng câu như sau:

1.

Như một con én đang sống lây lất trên một đoạn đường,
Sau một đêm dài nghe thác đổ từ trên cao,
Anh vội vã băng qua sông để ra đi biền biệt,
Giống như cánh bướm đang xôn xao chờ đợi mưa dầm.

2.

Anh có nghe thần linh gọi tên anh mỗi sáng không?
Cuối cùng âm thanh đó trở nên vô nghĩa, không nghe được,
Trong giấc mơ của anh, lá đã dạt xa bờ,
Mưa xanh và sương nặng rơi xuống mái tóc đen của anh.

3.

Anh đứng mãi giữa dòng sông nắng chiều.
Biết kể lại chuyện gì về những ngày cũ của chúng ta?
Một con bướm, dù cánh mỏng, vẫn bay đi và về,
Nhưng anh, chỉ là 1 chiếc lá đã xa mùa, thì đi đâu?

4.

Ngày qua ngày, thời gian vẫn cứ như nụ cười trong giấc mơ.
Nhưng anh thì cứ đi mãi như con sông trôi mãi chẳng quay về,
Để kể tự tình của anh với chiếc bóng của anh trên bờ sông lạ.
Hỡi đám mây đang bay lạc kia, mây là tóc của em ngàn năm trước.

Trong bài thơ này, theo tôi, câu "Năm tháng vẫn như nụ cười trong mộng" kết tụ cả ngàn cuốn kinh Phật trong đó.

Note:
Because this is a Zen Buddhist poem, there are various interpretations possible, depending on how you perceive it. The Vietnamese note above describes how I interpret each line of this poetry. As a result, I translated this poem based on those explanations. Readers should be aware that my translation and my friend Phe's translation disagree in numerous areas.

In this poem, in my view, thousands of Buddhist sutras crystallize in this verse "Time is like a smile in a dream".

Terry Lee

Rain on the highland - PB

A swallow is dawdling a part of her path away
Throughout a long night, I listened to the fall cascading from above,
Walked in a hurry across the river that disappeared into nowhere
Waiting for the drenching rain to fall amidst the bustling butterflies.

Spectral shadows are calling people's names at dawn
Each day with vague, unidentified voices
Green rain in a heavy mist is falling on the black hair
In a dream, leaves are drifting far from the shore

He keeps standing in the middle of the sun-drenched river
Telling stories of time immemorial
The little butterfly is fluttering back on its thin wings
But whereto, an unseasonal leaf?

Bygone times are still masquerading as smiles in dreams
He keeps going like water leaving its source
Faintly intimate with shadows on alien shores
As forlorn clouds, Oh! Former hair of chiliads of years old.

Translated by Phe X. Bach

Ngồi giữa bãi tha ma

I

*Lửa đã tắt từ buổi đầu sáng thế
Một kiếp người ray rứt bụi tro bay
Tôi ngồi mãi giữa tha ma mộ địa
Lạnh trăng ngà lụa trắng trải ngàn cây
Khuya lành lạnh gió vào run bóng quỷ
Quỷ run run hôn mãi đống xương gầy
Khóc năn ni sao hình hài chưa rã
Để hồn tan theo đầu lửa ma trơi
Khi tâm tư chưa là gỗ mục
Lòng đất đen còn giọt máu xanh ngời.*

II

Ta làm kẻ rong chơi từ hỗn độn
Treo gót hài trên mái tóc vào thu
Ngồi đếm mộng đi qua từng đợt lá
Rủ mi dài trên bến cỏ sương khô
Vì lêu lổng mười năm dài gối mộng
Ôm tình già quên bẵng tuổi hoàng hôn
Một buổi sáng nghe chim trời đổi giọng
Người thấy ta xô dạt bóng thiên thần
Đất đỏ thắm nên lòng người hăm hở
Đá chưa mòn nên lòng dạ trơ vơ
Thành phố nọ bởi mưa phùn nắng quái
Nên mười năm quên hết mộng đợi chờ.

III

Cầm lòng lại dấu chân ngày biệt xứ,
Cuộc buồn vui đâu hẹn giữa vô cùng.
Bờ bến lạ biết đâu mòn cuộc lữ
Để ta về uống cạn nét thu phong
Như cánh hải âu cuối trời biển lộng
Bồng bềnh bay theo cánh mỏng ngàn đời
Chạnh nhớ người xưa miền nguyệt ẩn
Thôi một lần thương gởi giữa mênh mông
Chiều lắng đọng thênh thang ghềnh đá dựng
Những nỗi buồn nhân thế cũng phôi pha,
Mầu nhiệm nào đằng sau bao huỷ diệt
Mà nụ hồng vừa nở thắm ven khe.
Khắp cả chốn đâu chẳng là tịnh độ,
Vô sự một đời trắc trở gì đâu,
Không phiền trược mong cầu chi giải thoát,
Cứ thong dong như nước chảy qua cầu.
Từ độ biết buồn câu sinh tử,
Bỏ nhà đi một thoáng riêng mình,
Mẹ già thôi khóc cho thân phụ,
Lại khóc cho đời ta phiêu linh.
Nhớ mẹ một lần trong muôn một,
Thương em biết vậy chẳng gì hơn,
Suối trăng về tắm bên đồi lạ,
Chiều thu sang hải đảo xanh rờn

IV

Một kiếp sống, một đoạn đường lây lất
Một đêm dài nghe thác đổ trên cao
Ta bước vội qua dòng sông biền biệt
Đợi mưa dầm trong cánh bướm xôn xao
Một buổi sáng mắt bỗng đầy quá khứ
Đường âm u nối lại mấy tiền thân
Ta đứng mãi trên suối ngàn vĩnh viễn
Mộng vô thường máu đỏ giữa hoàng hôn.

Tuệ Sỹ

Sitting in the graveyard - TL

I

Fires have gone out since the beginning of creation,
A human life is harrowed up by flying ashes and dust.
I have been sitting for long in a graveyard,
Watching the cold moonlight spreads a white silky veil over the trees.
The wind of the chilly night trembles the evil spirits,
Who shiveringly kiss the thin skeletons pile,
Crying why their bodies have not been disintegrated,
For their souls to become the will of the wisps.
When your heart is not decayed wood,
Believe there is green blood inside the earth.

II

I have been a vagabond from the dark ages,
With my shoes hanging over my head,
In Autumn, I count my dreams through the leaf buds,
And lay my eyelids on dry grassy shores.
Aimlessly wandering for ten years,
I keep embracing past loves, forgetting my old age.
One morning wild birds changed the tone of their calls,
On hearing it, I woke up from my angelic dreams.
The earth is crimson, so people's hearts are eager.
The rocks are not worn, so their hearts are lonesome.
The city that I came from, for some unexplainable reasons,
Has forgotten its ten long years of waiting.

III

Holding back the feelings of the day I was expatriated,
Uncertain infinity has no date for sorrow or joy.
In foreign lands who knows when the journey ends up,
So I can go home to drink up my wine of the autumn winds?
Like a seagull in the rough ocean clouds in the sky,
Floating into the eternity with its thin wings,
I suddenly remember my past lover in moon-hidden places,
I sent my love once to the boundless world.
In late afternoon, facing vast rocky rapids,
The sorrows of this world will fade away.
What mystery lies behind all the destructions,
That a rose bud has just bloomed on the creek?
If you believe that the Pure Land exists everywhere,
There will be no crises in a worry-free life.
Worry-free, why do you search for Enlightenment?
Live a life free, like water under the bridge.
When I learnt about the sufferings in Buddhism,
I left home to find my way out.
My mother used to cry for my father,
She then wept for my wandering life.
I miss her once in a lifetime,
I love my sister too, but there is nothing more I can do.
I bathe in the moonlit stream by a foreign hill at night,
I travel to a green island in the afternoon.

English translation by Terry Lee & Phe X. Bach

IV

A human life lingering on a stretch of road,
After a long night listening to the waterfall pouring down from above,
I hurriedly cross the river for a long voyage,
Like a butterfly, eagerly waiting for a drenching rain.
One morning, my eyes are flooded with the past,
My former lives are connected through dark paths.
In these lives, I stand forever in an eternal forest stream.
In inherently unstable dreams, I see red blood at nightfall.

Translated by Terry Lee

Nhìn ngọn nến khuya

Ta cúi xuống trên chân người bụi đỏ
Để nhìn sâu trong vết tích hoang đường
Ta sống lại trên môi cười rạng rỡ
Để nhìn sâu trong ngọn nến tàn canh.

Tuệ Sỹ

Looking into the candlelight - TL & PB

I crouched down on the red dust man's feet
Looking deeply into the mythical vestiges
I am resurrected, a beaming smile on my lips,
Looking deeply into the candlelight till late.

  Translated by Terry Lee and Phe X. Bach

Nhớ con đường thơm ngọt môi em

Tóc em tung bay sương chiều khói biếc
Dệt tơ trời thành khúc hát bâng khuâng
Tình hay mộng khi Trường Sơn xa hút
Đến bao giờ mây trắng gởi tin sang

Hồn tôi đi trong rừng lang thang
Vọng lời ru từ ánh trăng tàn
Mắt em nhỏ ngại ngùng song cửa
Nghe tình ca trên giọt sương tan

Bóng tôi xa đêm dài phố thị
Nhớ con đường thơm ngọt môi em
Ơi là máu, tủi hờn nô lệ
Bóng tôi mờ suối nhỏ đêm đêm

Gót chân em nắng vàng xưa viễn phố
Những ngón hồng ngơ ngác giữa đường chim
Ôi ta nhớ như đêm dài thượng cổ
Sợi tóc mềm lơi nhịp hát trong tim

  Tuệ Sỹ

Missing the streets where I tasted
the sweetness and fragrance of her lips - TL

Her flying hair was airborne in afternoon mist and blue smoke,
Weaving heavenly silk into a melancholy song,
As Trường Sơn mountain is far away, is she awake or asleep
To receive the news delivered by the white cloud?

When my soul wandered in the forest,
I caught echoing lullabies from the fading moonlight,
I saw her small, shy eyes by the windowsill,
And I listened to a love song on the evaporating dew.

When my shadow was leaving the long nights of my city,
I miss the streets where I tasted the sweetness and fragrance of her lips.
Oh! now on these streets, blood, sufferings and slavery,
My shadow fades away in the stream night after night.

As the yellow sunlight sent her heels to a distant place,
Her pink toes were bewilderingly lost in the birds' path.
Oh, I can never forget the long nights of the past,
Her soft hair slowed the singing rhythm in my heart.

Translated by Terry Lee

Chú thích:
2 câu cuối của bài thơ nghe du dương như một điệu nhạc:

> Ôi ta nhớ như đêm dài thượng cổ
> Sợi tóc mềm lơi nhịp hát trong tim

Còn ở câu thơ:

> Nhớ con đường thơm ngọt môi em.
> Ơi là máu, tủi hờn nô lệ,

thì tôi hiểu là thầy đang nói về những con đường của đất nước ngày xưa thơm ngọt mà bây giờ tràn đầy máu, tủi hờn, và nô lệ.

Còn trong đoạn cuối:

> Gót chân em nắng vàng xua viễn phố,
> Những ngón hồng ngơ ngác giữa đường chim,

Theo tôi, "gót chân em nắng vàng xua viễn phố" là thầy đang nói về những người bị đuổi đi vùng kinh tế mới sau 30/4/1975 (xua viễn phố), khiến những ngón chân ngày trước tươi hồng bây giờ tàn tạ, ngơ ngác.

Chỉ đọc thoáng qua làm sao hiểu được nỗi lòng của thầy?

Note:
His last 2 lines sound like a melody:

> Oh, I can never forget the long nights of the past,
> Her soft hair slowed the singing rhythm in my heart.

In the third paragraph, he says that our streets used to be pleasant and fragrant, but now they are filled with blood, sorrow, and servitude.

In "As the yellow sunlight sent her heels to a distant place", I think thầy refers to the period following April 30, 1975, when people were sent to the New Economic Zone, causing their heels bewildered.

A quick glance of his poems will not help you understand what is conveyed in his poems.

Terry Lee

English translation by Terry Lee & Phe X. Bach

Những năm anh đi

Ngọn gió đưa anh đi mười năm phiêu lãng,
Nhìn quê hương qua chứng tích điêu tàn,
Triều Đông hải vẫn thì thầm cát trắng,
Truyện tình người và nhịp thở Trường Sơn.

Mười năm nữa anh vẫn lầm lì phố thị,
Yêu rừng sâu nên khóe mắt rưng rưng,
Tay anh với trời cao chim chiều rủ rỉ,
Đời lênh đênh thu cánh nhỏ bên đường.

Mười năm sau anh băng rừng vượt suối,
Tìm quê hương trên vết máu đồng hoang,
Chiều khói nhạt như hồn ai còn hận tủi,
Từng con sông từng huyết lệ lan tràn.

Mười năm đó anh quên mình sậy yếu,
Đôi vai gầy từ thuở dựng quê hương,
Anh cúi xuống nghe núi rừng hợp tấu,
Bản tình ca vô tận của Đông phương.

Và ngày ấy anh trở về phố cũ,
Giữa con đường còn rợp khói tang thương,
Trong mắt biếc mang nỗi hờn thiên cổ,
Vẫn chân tình như mưa lũ biên cương.

Tuệ Sỹ

The long away years - TL

Following the wind in the first 10 years,
You wandered through many ruins of our country.
Listened to the East Sea's waves whispering to its white sand,
On our people's tales and our Trường Sơn's breadth.

For the next 10 years you reservedly stayed in the city,
Many times missing the forests had brought you to tears,
Extending your arms, you reached for where the birds murmured,
Resting their wings on this side street, the vast world remained to be seen.

In the last 10 years you again ventured out into the forests, crossing rivers,
Searching for your homeland on bloodstained abandoned fields,
Where pale evening smokes wavered up looking like suffering souls,
And every stream was overfilled with blood and tears.

English translation by Terry Lee & Phe X. Bach

In these 10 years, forgotten your reedlike weakness,
And forgotten your forever skinny, narrower shoulders,
You crouched down listening to the concert performed by our mountains and forests,
Orchestrating the endless love song of the Eastern World.

The day you returned to your home city,
Streets were still covered by mourning smokes,
Her blue eyes were full of bitter resentments of our past,
As real and heartfelt as typhoons in our borderland.

Translated by Terry Lee

Chú thích:
Tôi phân vân khi dịch chữ "anh cúi xuống". Cuối cùng, tôi quyết định chọn chữ "crouch", thay cho "bend". Crouch là tư thế đầu gối quỵ xuống, nhưng thân người thì hướng về phía trước và hạ thấp xuống (Oxford dictionary). Đây là tư thế của con cọp đang sẵn sàng chiến đấu.

Bài thơ này có 2 câu tôi rất ưng ý là:

> *Anh cúi xuống nghe núi rừng hợp tấu,*
> *Bản tình ca vô tận của Đông phương.*

Chúng ta đã giữ được nước chống lại mọi cuộc xâm lăng vì chúng ta có "bản tình ca vô tận" này. Chúng ta phải cùng nhau đồng ca bản tình ca vô tận này, để đất nước thoát ra khỏi tình trạng như ngày hôm nay. Tôi nghĩ đó là lời nhắn nhủ của thầy trong bài thơ này.

Note:
To translate the phrase "anh cúi xuống" (I bend down), I chose "crouch", instead of "bend". According to the Oxford dictionary, "crouch adopts a position where the knees are bent and the upper body is brought forward and down". This is the position of a tiger, ready to fight.

This poem has my two favourite lines:

You crouched down listening to the concert performed by our mountains and forests,

Orchestrating the endless love song of the Eastern World.

This endless love song has helped us defend against all past invasions. His message in this poem, I believe, is: We must unite to sing this endless love song to get our country out of the current situation.

Terry Lee

Những phím dương cầm

Tự hôm nào suối tóc ngọt lời ca
Tay em run trên những phím lụa ngà
Thôi huyễn tượng xô người theo cát bụi

Vùng đất đỏ bàn chân ai bối rối
Đạp cung đàn sương ứa đọng vành môi
Đường xanh xanh phơn phớt nụ ai cười
Như tơ liễu ngại ngùng lau nắng nhạt.

Lời tiễn biệt nói gì sau tiếng hát
Hỏi phương nào cho nguyện ước Trường Sơn
Lời em ca phong kín nhụy hoa hờn
Anh trĩu nặng núi rừng trong đáy mắt.

Mờ phố thị những chiều hôn suối tóc
Bóng ai ngồi so phím lụa đàn xưa.
    Tuệ Sỹ

Piano keys - PB

Since that day, the flow of hair has been lovely with songs.
My palms quiver as they rest on the ivory silk keys.
Oh, the delusion of reducing people to dust.

This red dry land with bewildered feet
Stepping on the dew-brimming lips' bow
The road is green, electrified, and smiling.
As though willow silk had been seduced by the sun.

What do you say after singing your goodbyes?
Inquire about the best way to carry on Truong Son's pledge and dream.
Pistils are used to seal the words you sing.
I keep the mountains and forests in the back of my mind.

In the afternoons, I blur the city while kissing streams of hair.
The shadow of someone seated on the ancient silk keyboard, measuring.

Translated by Phe X. Bach

Piano keys - TL

Remembering her sweet-like-a-song streaming hair
And her hands gently gliding on the ivory piano keys
Forgetting the delusion that people are only dust

Bewildered, in the red-earth region, her feet pressed the piano pedals.
Greenish dew drops coalesced on her lips
Making them looking like a subtle smile
Like a row of willow trees bashfully wiping out the pale sunset.

How to say farewell when the song finishes?
How to find the way to meet our Trường Sơn promises?
While her singing closes up the pistils of grief,
My heavy eyes are laden with mountains and forests.

Remembering those hazy afternoons kissing her streaming hair,
Whose silhouette is sitting here playing the old ivory piano keys?

Translated by Terry Lee

Quán trọ của ngàn sao

Mắt em quán trọ của ngàn sao
Ngọt ngất hoang sơ ánh rượu đào
Pha loãng nắng tà dâng cát bụi
Ấm lòng khách lữ bước lao đao.

Mắt huyền thăm thẳm mượt đêm nhung
Mưa hạt long lanh rọi nến hồng
Sương lạnh đưa người xanh khói biển
Bình minh quán trọ nắng rưng rưng.

Tuệ Sỹ

English translation by Terry Lee & Phe X. Bach • 194

Place-holder of thousands of stars - PB

Your deep innocent eyes are the holder of thousands of stars
So sweet that dissolves in the wild peach wine
Diluting in the sun's ray, blending in the dust
It is heartwarming for travelers with tottering steps.

Those legendary eyes are deep in the silky dark night
The glittering raindrops shine like golden candles
Cold mist escorted frontier, sadden ocean mist
In the dawn of this realm of life, the sun shed its tears.

Translated by Phe X. Bach

Ta biết

Ta biết mi bọ rùa
Gặm nhấm tàn dãy bí
Ta vì đời thiệt hơn
Khổ nhọc mòn tâm trí

Ta biết mi là dế
Cắn đứt chân cà non
Ta vì đời đổ lệ
Nên phong kín nỗi hờn

Ta biết mi là giun
Chui dưới tầng đất thẳm
Ta vì đời thiệt hơn
Đêm nằm mơ tóc trắng.

  Tuệ Sỹ

I know - PB

I know that you are the ladybugs,
chewing and destroying the pumpkin,
Because of life, I am more realistic,
even though my heart and mind are more exhausted.

I know that you are the crickets,
biting off the young tomatoes,
Because of life, I am shedding tears
and sealed the notion of hatred.

I know that you are the worms,
slipping under the deep wet soil,
Because of life, I am more realistic.
At night, dreaming of white hair.

  Translated by Phe X. Bach

Thiên lý độc hành

1.

Ta về một cõi tâm không
Vẫn nghe quá khứ ngập trong nắng tàn
Còn yêu một thuở đi hoang
Thu trong đáy mắt sao ngàn nửa khuya.

2.

Ta đi dẫm nắng bên đèo
Nghe đau hồn cỏ rũ theo bóng chiều
Nguyên sơ là dáng yêu kiều
Bỗng đâu đảo lộn tịch liêu bến bờ
Còn đây góc núi trơ vơ
Nghìn năm ta mãi đứng chờ đỉnh cao

3.

Bên đèo khuất miễu cô hồn
Lưng trời ảo ảnh chập chờn hoa đăng
Cây già bóng tối bò lan
Ta ôm cỏ dại mơ màng chiêm bao

4.

Đã mấy nghìn năm đợi mỏi mòn
Bóng người cô độc dẫm hoàng hôn
Bởi ta hồn đá phơi màu nắng
Ôm trọn bờ lau kín nỗi buồn

English translation by Terry Lee & Phe X. Bach

5.

Từ thuở hồng hoang ta ở đâu
Quanh ta cây lá đã thay màu
Chợt nghe xao xuyến từng hơi thở
Thấp thoáng hồn ai trong khóm lau

6.

Trên đỉnh đèo cao bát ngát trông
Rừng, mây, xanh, ngắt tạnh, vô cùng,
Từ ta trải áo đường mưa bụi
Tưởng thấy tiền thân trên bến không

7.

Khi về ngả nón chào nhau
Bên đèo còn hẹn rừng lau đợi chờ
Trầm luân từ buổi ban sơ
Thân sau ta vẫn bơ vơ bụi đường

8.

Bóng tối sập mưa rừng tuôn thác đổ
Đường chênh vênh vách đá dọa nghiêng nghiêng trời
Ta lầm lũi bóng ma tròn thế kỷ
Rủ nhau đi cũng tận cõi luân hồi
Khắp phố thị ngày xưa ta ruổi ngựa
Ngang qua đây ma quỷ khác thành bầy
Lên hay xuống mắt mù theo nước lũ
Dẫm bàn chân lăn cát sỏi cùng trôi
Rồi ngã xuống nghe suối tràn ngập máu
Thân là thân cỏ lá gập ghềnh xuôi
Chờ mưa tạnh ta trải trăng làm chiếu
Nghìn năm sau hoa trắng trổ trên đồi

9.

Gởi lại tình yêu ngọn cỏ rừng
Ta về phố thị bởi tình chung
Trao đời hương nhụy phơi hồn đá
Thăm thẳm mù khơi sương mấy từng

10.

Một thời thân đá cuội
Nắng chảy dọc theo suối
Cọng lau già trầm ngâm
Hỏi người bao nhiêu tuổi

11.

Bước đi nghe cỏ động
Đi mãi thành tâm không
Hun hút rừng như mộng
Chập chùng mây khói trông

12.

Thân tiếp theo thân ngày tiếp ngày
Mù trong dư ảnh lá rừng bay
Dõi theo lối cũ bên triền đá
Sao vẫn còn in dấu lạc loài

13.

Khi về anh nhớ cài quai nón
Mưa lạnh đèo cao không cõi người

Tuệ Sỹ

Alone on a lengthy journey - PB

1.

I come back to the realm of the empty mind
Still listening
To the past
    Flooding into the dying sun
    Still loving
    The time of Uncertainty
    Hoarding in countless of shining midnight stars
    Into the deep eyes

2.

Walking in the sunny day on the side of the Pass
    Listening to our own soul
    And the grass drooping
    Under the sunset
    Pristine – a lovely form
Suddenly, everything is upside-down on the lonely shore
    Still
    There is a corner with a solitary mountain
    For thousands of years
    Still
    We are waiting for the peak
    Of an absolute truth

3.

On the side of the pass
    There
    A hidden soul shrine
    Is
In the sky
    There
    An illusion of lanterns
    Flickering and flowers
    Is
The shadows of the old trees spread
    I grasp the mountain grass
    Dreaming
    Mesmerized by beauty

English translation by Terry Lee & Phe X. Bach

4.

Already
    Thousands of years
    Of waiting
    In anguish
    The shadow of a lone step
    On earthly sunset
Because
    We are the soul
    Of rock
    In sadness
    The shores of sadness
    Embracing
    Completely
Sunlight

5.

From the beginning we are here
    Around us
    Tree leaves change colors
    Suddenly hearing in every single
    Breath
    Anxiety
    Looming
In our soul behind the reed

6.

On the peak of the high Pass
Looking out to the vast forest
    Clouds
    Clear water
    And sky
    Incredibly
    From us
We pave the way
Knitting the fabrics
    Of experience
    And thought
    Our former life
    Exists
On the empty shore

7.

Coming back, we tilt our cone in greeting
    Meeting on the pass
    The reed forest waiting
    Is
Misfortune
    Time, from the beginning
    Flowing in our future life
    Is
    We are still as helpless
    As the lonely dust
Perhaps along the road.

English translation by Terry Lee & Phe X. Bach

8.

As darkness sets in
      Pouring like waterfalls
      Rain in the forest
      The road
      Protruding as the cliff
      Threatens to tilt the sky
Who would be at fault
      like a specter
      of a century?
Altogether marching
      Toward the Reincarnation
      Realm
Across the town like olden days
Where we traveled by horse
Across the town
      Is another herd
Of the Devil
      Ups and downs

Their blinded eyes
Under floodwater
      Stepping in
      Our feet roll
      As the sand drifts
      Then
We tumble down
      Listening to the stream
Pour down blood
      The body itself is the body
      Like the changing of leaf and grass
      Bumpy
      Waiting for the rain to stop
      The moon used as a mattress
After thousands of years
      White flowers are blossoming
      On the hill

English translation by Terry Lee & Phe X. Bach

9.

Sending back my love
      As the forest grass
I am coming to town
      As the greater love
For all
      Incenses
Giving life
      Shining
      Spirited
A rock
      As deep as the sea
And mist
      In the stratosphere

10

A pebble
      My life
      Sunshine flowing along streams
      Or
      The pensive old reeds
Asking
      How old are we?

11

The grass glitters with dew
      As we are walking
Deep in the dreamlike forest
      Into the state of empty mind
Rolling clouds and particles become clear

12

All are here
      To continue
As day after day
      Continues
      Blinded
In the lingering image
      The forest leaves
      Following the old path
      Along the mountain trench
      Still
      Why are we
Imprinted in the solitary stray?

13.

Remember
      Whenever we go or come back
      Don't forget to fasten the cone hat
      It is the cold rain
      In the high pass without anyone to look after!
Remember:
Emptiness
      The human realm
Is.

Translated by Phe X. Bach

Tiếng gà gáy trưa

Gà xao xác gọi hồn ta từ quá khứ
Về nơi đây cùng khốn với điêu linh
Hương trái đắng mùa thu buồn bụi cỏ
Ôi ngọt ngào đâu mái tóc em xinh

Từng tiếng lẻ loi buồn thống thiết
Nghe rộn ràng từ vết lở con tim
Từ nơi đó ta ghi lời vĩnh biệt
Nắng buồn ơi là đôi mắt ân tình

Còi xa vắng giữa trưa nào lạc lõng
Môi em hồng ta ước một vì sao
Trưa dài lắm nhưng lòng tay bé bỏng
Để vươn dài trên vừng trán em cao.

  Tuệ Sỹ

English translation by Terry Lee & Phe X. Bach

Afternoon rooster song - PB

A ragged rooster called my soul from the ancient past
Come here and experience the misery with woe
With the essence of bitterness, the autumn still saddened grass
Oh, that bittersweet, that beauty in your hair

Each of these sounds is lonely, sad, or pathetic
Hear throbbing from a sore heart
From there, writing my own farewell
That saddened sun is the eyes of a favored condition

A distance whistle at noon is empty and lost
Your lips are so pink, that I wish for a star
What a long afternoon but with these little fingers
Stretching on your high forehead, my thee.

Translated by Phe X. Bach

Tiếng nhạc vọng

Ta nhớ mãi ngày đông tràn rượu ngọt
Ngày hội mùa ma quỷ khóc chơi vơi
Trưa phố thị nhạc buồn loang nắng nhạt
Chìm hư vô đáy mắt đọng ngàn khơi

Đây khúc nhạc đưa hồn lên máu đỏ
Bước luân hồi chen chúc cọng lau xanh
Xô đẩy mãi sóng vàng không bến đỗ
Trôi lênh đênh ma quỷ rắc tro tàn.

Vẫn khúc điệu tự ngàn xưa ám khói
Ép thời gian thành rượu máu trong xanh
Rượu không nhạt mà thiên tài thêm cát bụi
Thì ân tình ngây ngất cõi mong manh

Ôi tiết nhịp thiên tài hay quỷ mị
Xô hồn ta lảo đảo giữa tường cao
Trưa dài lắm ta luân hồi vô thủy
Đổi hình hài con mắt vẫn đầy sao.

Tuệ Sỹ

The resonant sound of music - TL & PB

I distinctly recall winter days overflowing with sweet wine.
It is the season of the weeping demons' festival.
In low-light afternoons, the city is filled with melancholy music.
My eyes, engulfed in emptiness, are fixed on ocean swells.

The melodies elevate my emotions to acrimony.
Demons in transition bustle through verdant reeds.
Yellow surges collide, unable to locate a landmass.
Adrift on these waters, malevolent entities scatter ashes.

Smoke continues to obscure the same music that existed thousands of years ago.
Time is compressed into green blood wine.
A zesty wine, but talent accumulates dust and grit.
Affectionate emotions are intoxicated in a fragile domain.

The cadence of demons or talent, oh!
Scuffles my psyche in disbelief amidst formidable fortifications.
I have frequently transmigrated during the lengthy noon.
Although body forms evolved, eyes remained perpetually filled with starlight.

Translated by Terry Lee and Phe X. Bach

Tiểu khúc Phật đản

Sông Hằng một dải trôi mau;
Vận đời đôi ngã bạc đầu Vương gia.
Tuyết sơn phất ngọn trăng già,
Bóng Người thăm thẳm vượt qua chín tầng.

Cho hay Bồ Tát hậu thân,
Chày kình chưa chuyển tiếng vần đã xa.
Sườn non một bóng Đạo già
Trầm tư năm tháng bên bờ tử sinh.

Nhìn sao mà ngỏ sự tình:
Ai người Đại Giác cho mình quy y?
Năm chầy đá ngủ lòng khe;
Lưng trời cánh hạc đi về hoàng hôn.

English translation by Terry Lee & Phe X. Bach

Trăng gầy nửa mảnh soi thềm,
U ơ tiếng trẻ, êm đềm Vương cung.
Sao trời thưa nhặt mông lung;
Mấy ai thấu rõ cho cùng nghiệp duyên.

Khói mơ quấn quýt hương nguyền,
Hợp tan là lẽ ưu phiền đấy thôi.
Vườn hồng khóa nẻo phỉnh phờ,
Cùng trong cõi mộng chia bờ khổ đau.

Thời gian vỗ cánh ngang đầu;
Sinh, già, bịnh, chết, tránh đâu vận cùng.
Khổ đau là khối tình chung,
Ai nâng cõi thế qua bùn tử sinh?

Tuệ Sỹ

A little song of Vesak - PB

The Ganges River flows running fast, as life is impermanent
Dancing between the destinies of life whitened the hair of the Royal Highness
The snow-capped Himalayan Mountain waved to the moon with its summit
As the image of the new-born Bodhisattva passed over the highest heaven, touching the abode of gods

The truth is that the last existence of the Bodhisattva had not yet been announced,
But the whole world was shaking
The sound was heard afar
Even as the drum had not been struck

Reciting the Sutra has yet to transform,
Though its essence has echoed through mountains and rivers
On the side of a mountain,
An old recluse was meditating upon the meaning of existence, on the verge of life-and-death

Looking deep at the star, He, the old recluse
The Awakened One said let us take refuge
Time continued passing, as pebbles were sleeping in the bed of the brook, and life was coming to its end,
A stork flew to the end of day through the twilight of the sunset.

The half slim moon still shone on the royal terrace
The lullaby to the holy-baby was resounding peace to the royal palace

English translation by Terry Lee & Phe X. Bach

As stars here are sparse and massive in the immense sky,
Who comes to see through the karma among relations?

The smoke of dreams is winding around the incense of prayer
Uniting and separating is but a sense of sorrow.
The rose garden was deceivingly closed to all,
As those in the same dreamy world differentiated the terrain of suffering

The time is passing, flapping its wings overhead
Birth, old age, sickness, death, is inevitably the end of life
Suffering is the common share of affection
Who is to lift the human realm over the muddle of life and death?

Translated by Phe X. Bach

Tìm em trong giấc chiêm bao

Ta tìm em trong giấc chiêm bao
Nỗi buồn thu nhỏ hàng cây cao
Cháy đỏ mùa đông ta vẫn lạnh
Bóng tối vương đầy đôi mắt sâu

Yêu em dâng cả ráng chiều thu
Em đốt tình yêu bằng hận thù
Cháy đỏ mùa đông ta vẫn lạnh
Giấc mơ không kín dãy song tù.

Tuệ Sỹ

Searching for you in my dreams - TL & PB

I am searching for you in my dreams
The immense trees absorb every trace of melancholy.
I remain chilly despite the fire-ravaged winter.
Dimness obscures my depressed eyes.

I gave you the autumn afternoon twilight out of love,
but you burnt it with loathing.
I remain chilly despite the fire-ravaged winter.
My dream could not cover the gaps in prison bars

Translated by Terry Lee and Phe X. Bach

Tịnh thất

1.
Cho tôi một hạt muối tiêu
Bờ môi em nhạt nắng chiều lân la
Tôi đi chấn chỉnh sơn hà
Hồng rơi vách đá mù sa thị thành

2.
Đến đi vó ngựa mơ hồ
Dấu rêu còn đọng trên bờ mi xanh

3.
Nghìn năm trước lên núi
Nghìn năm sau xuống lầu
Hạt cải tròn con mắt
Dấu chân người ở đâu?

4.
Ta không buồn
có ai buồn hơn nữa?
Người không đi
sông núi có buồn đi?
Tia nắng mỏng soi mòn khung cửa
Để ưu phiền nhuộm trắng hàng mi
Ta lên bờ
nắng vỗ bờ róc rách
Gió ở đâu mà sông núi thì thầm?
Kìa bóng cỏ nghiêng mình che hạt cát
Ráng chiều xa, ai thấy mộ sương dầm?

5.
Lon sữa bò nằm im bên chợ
Con chó lạc
đến vỗ nhịp
trời mưa
Tôi lang thang
đi tìm cọng cỏ
Nó nhìn tôi
vô tư

6.
Thuyền ra khơi, có mấy tầng tâm sự?
Nắng long lanh, bóng nước vọt đầu ghềnh

7.
Trời cuối thu se lạnh
Chó giỡn nắng bên hè
Nắng chợt tắt
Buồn lê thê

8.
Lời rao trong ngõ hẻm:
Đồng hồ điện!
Cầu dao!
Công tắc!
Những lời rao chợt đến chợt đi
Một trăm năm mưa nắng ra gì
Cánh phượng đỏ đầu hè, ai nhặt?

9.
Nghe luyến tiếc như sao trời mơ ngủ
Đêm mênh mông để lạc lối phù sinh
Ánh điện đường vẫn nhìn trơ cửa sổ
Ngày mai đi ta vẽ lại bình minh

10.
Để trong góc tim một quả xoài
Khi buồn vớ vẩn lấy ra nhai
Hỏi người năm cũ đi đâu hết?
Còn lại mình ta trên cõi này

Anh vẽ hình tôi, quên nửa hình
Nửa nằm quán trọ, nửa linh đinh
Nửa trên thiên giới, quần tiên hội
Nửa thức đêm dài, ôi u minh

11.
Lặng lẽ nằm im dưới đáy mồ
Không trăng không sao mộng vẩn vơ
Tại sao người chết, tình không chết?
Quay mấy vòng đời, môi vẫn khô

12.
Một hai ba
những ngày quên lãng
Tôi vùi đầu trong lớp khói mù
Khói và bụi
chen nhau thành tư tưởng
Nhưng bụi đường lêu lổng bến thâm u

13.
Bỏ mặc đàn bò đôi mắt tình diệu vợi
Ta lên trời, làm Chúa Cả Hư Vô
Nhìn xuống dưới mặt đất dày khói thuốc
Loài người buồn cho chút nắng hong khô

14.
Giữa Thiên đường rong chơi lêu lổng
Cõi vĩnh hằng mờ nhạt rong rêu
Ta đi xuống quậy trần hoàn nổi sóng
Đốt mặt trời vô hạn cô liêu

15.
Con trâu trắng thẫn thờ góc phố
Nỗi hoài hương nhơi mãi nhúm trăng mòn
Đám sẻ lạnh gật gù trên mái đỏ
Sương chiều rơi có thấy lạnh nhiều hơn?
Một chuỗi rắn rình mò trong hẻm nhỏ
Không bụi đường đâu có chỗ đi hoang?

16.
Bứt cọng cỏ
Đo bóng thời gian
Dài mênh mang

17.
Cho xin chút hạt buồn thôi
Để cho ngọn gió lên đồi rắc mưa
Gió qua ngõ phố mập mờ
Mưa rơi đâu đó mấy bờ cỏ lau
Nắng trưa phố cổ úa màu
Tôi đi qua mộng đồi cao giật mình

18.
Lão già trên góc phố
Quằn quại trời mưa dông
Áo lụa gầy hoa đỏ
Phù du rụng xuống dòng

19.
Anh đi để trống cụm rừng
Có con suối nhỏ canh chừng sao Mai
Bóng anh dẫm nát điện đài

20.
Ôi nỗi buồn
Thần tiên vĩnh cửu
Nhớ luân hồi
cát bụi đỏ mắt ai

21.
Tiếng muỗi vo ve
Người giật mình tỉnh giấc
Ngoài xa kia
Ai đang đi?

Nước lũ tràn
Em nhỏ chết đuối
Tôi ngồi trên bờ
Vuốt ngọn cỏ mơ

22.
Người hận ta
Bỏ đi trong thiên hà mộng du
Bóng thiên nga bơ vơ

Nghìn năm sau
Trong lòng đất sâu
Thắm hạt mưa rào
Giọt máu đổi màu

23.
Hoang vu
Cồn cát cháy
Trăng mù

Hoang vu
Cồn cát
Trăng mù

Cỏ cây mộng mị
Cơ đồ nước non

24.
Người đi đâu bóng hình mòn mỏi
Nẻo tới lui còn dấu nhạt mờ
Đường lịch sử
Bốn nghìn năm dợn sóng
Để người đi không hẹn bến bờ

25.
Gió cao bong bóng vỡ
Mây sương rải kín đồng
Thành phố không buồn ngủ
Khói vỗ bờ hư không

26.
Đàn cò đứng gập ghềnh không ngủ
Ngóng chân trời con mắt u linh

Chân trời sụp ngàn cây bóng rủ
Cổng luân hồi mở rộng bình minh

27.
Chờ dứt cơn mưa ta vô rừng
Bồi hồi nghe khói lạnh rưng rưng
Ngàn lau quét nắng lùa lên tóc
Ảo ảnh vô thường, một thoáng chưng?

   Mùng 1 Tân Tỵ

28.
Ơ kìa, nắng đỏ hiên chùa
Trăng non rỏ máu qua mùa mãn tang
Áo thầy bạc thếch bụi đường
Khói rêu ố nhạt vách tường dựng kinh

29.
Người không vui, ta đi về làm ruộng
Gieo gió xuân chờ đợi mưa hè
Nghe cóc nhái gọi dồn khe suối
Biết khi nào phố chợ chắn bờ đê

   Mùng 1 tháng Giêng

30.
Thao thức đêm khuya trộm bóng ma
Ẩn tình khách trọ, nến đâm hoa
Chồi mai trẩy lá, mùa xuân đợi
Đã quá mùa xuân ánh điện nhòa

31.
Ơi người cắt cỏ ở bên sông
Nước cuộn ngoài khơi có bận lòng?
Phấn liễu một thời run khóe mọng
Hương rừng mờ nhạt rải tầng không

32.
Khói ơi bay thấp xuống đi
Cho ta nắm lại chút gì thanh xuân
Ta đi trong cõi vĩnh hằng
Nhớ tàn cây nhớ mấy lần rụng hoa

Tuệ Sỹ

Meditation Room - TL

1.
Give me a grain of pepper salt
Your lips have been faded by the evening light
I will go to reform my homeland
For the red demons to fall on cliffs and dews to fall on my cities.

2.
Is it coming or going from obscure footprints of horse hooves?
Traces of moss remain on your green eyelashes

3.
A thousand years years ago I went up those mountains
A thousand years later I went down these stairs
The mustard seed's eyes are wide opened
Where are your footprints?

4.
If I am not sad,
Could anyone be sadder?
If no one goes,
Will mountains and rivers be sad?
The thin sunlight ray erodes the doorframe
Letting sorrow through to dye my eyebrows white
I climb ashore,
Sunlight lapping at the bank
I hear mountains and rivers murmur, but where is the wind?
Over there, grass slants its shadow to shade the sand grain

By the distant afternoon glow, do you see the soggy and misty graves?

5.
An empty milk can lies still by the side of a street market
A stray dog
comes to tap the can to the rhythms
of the rain
I wander
looking for a blade of grass
The dog looks at me
non-interestedly.

6.
A ship sets sail, how many decks of feelings does it have?
In sparkling sunlight, water shadows jump over the rapids

7.
In the chilly late autumn
A dog plays with sunlight by the terrace
Suddenly the sun goes out
Its sorrow lengthens.

8.
The street cries resounded in the alley:
Electric meter!
Circuit breaker!
Light switch!
The cries come and go.
Where are they in a hundred years, rainy or sunny?
Who picks up the fallen royal poinciana petal near the terrace?

9.
It's as nostalgic as a star dreaming in its sleep
In the immense night sky, people cannot find their way home.
The streetlights still stare blankly at the window
I will paint the new sunrise tomorrow

10.
I keep a mango in a corner of my heart
In futile sadness I take it out to eat
Where did all the people of the past go to,
Leaving me alone in this world?

You drew my picture, but only half of it.
This half of me stayed in an inn, the other half was wandering.
This half of me enjoyed meetings with the fairies in heaven,
The other half spent sleepless nights in the sombre world.

11.
Quietly lying at the bottom of the grave
No moon, no stars, only futile dreams
Why do people die, but love doesn't?
After several cycles of life, my lips are still dry

12.
Were there one, two, or three days?
In those forgotten days,
I buried my head in the haze?
Smoke and dust
intertwined with each other into my thoughts.
But the road dust lingered on its own dark side.

13.
Leaving behind the cows with their eyes deeply in love
I ascend to heaven to be the Lord of the land of Nothingness
Looking down at the Earth, covered by cigarette smoke
I find that humans are sad, unable to find little sunlight.

14.
In Paradise I am an aimlessly wanderer.
This eternal realm, for me, is fuzzy and mossy
Going down to the Earth, I stir up trouble
Setting fire to the sun with my endless loneliness.

15.
A dazed white buffalo stands alone at a street corner
Nostalgically chews on the waning moon
A flock of cold sparrows nod on the red roof
Does the afternoon mist make them feel colder?
A den of snakes snoop in the narrow alley
Without the road dust, where can they go?

16.
I plucked a blade of grass
To measure the shadow of the time
How immensely long it was!

17.
Just a few drops of sad rain, please
For the wind to sprinkle them on the hill
But the wind only passed through hazy streets
Dropping the rain somewhere on the reed banks
As the old city streets faded in midday sun,
I woke up from my dream, startling the tall hill

18.
An old man on a street corner
In his skinny silk shirt with red flowers
Is writhing in the storm
Like mayflies falling into the stream.

19.
You went away, leaving the forest cluster empty
The small stream guarding the Morning Star
Found your shadow trampled the radio tower

20.
Oh, sadness,
you're an eternal being.
Missing the reincarnation,
will your eyes be red by sand and dust?

21.
By the sound of mosquitoes buzzing
He woke up startled.
Out there
Who is going?

Floodwater overflowed
The little girl drowned
I sat on the shore
Stroking a leaf of calea zacatechichi, wishing...

22.
Despising me
You moved to your sleepwalking galaxy
The swan was left behind.

A thousand years later
Deep underground
Absorbed the rain drops
Your blood will change color

23.
In this abandoned land
The sand dunes were burning
The moon was blinders.

Abandoned land
Sand dunes
Blind moon

Vegetation dreams
The country's future

24.
Where did you go that I am waiting in vain?
Only faint traces of your footprints are left behind
Despite our historical path of four thousand years of rippling waves
You have gone without a promise to return.

25.
High winds burst bubbles
Misty clouds cover the fields
In the city that never sleeps
Smokes has no shores to hit.

26.
A flock of awoken storks totters
Looking at the horizon with ghostly eyes
The horizon suddenly collapses, trees drooped
The gate of reincarnation opens wide for the new dawn

27.
Waiting for the rain to stop to go into the forest
The feeling of cold mist wets my eyes
Thousands of reeds swept the sunlight onto my hair
Illusions are impermanent, but will they last just an instant?
Jan 1st, the year of the Snake

28.
Look, why is the pagoda's veranda red-hot by the sunshine?
Why does the new moon at night time bleed, although the mourning season is over?
Why is the monk's robe faded by the road dust?
And why are the sutra halls stained by smoke and moss?

29.
If you are not happy, I will go back to farming
Sowing the spring wind, waiting for the summer rain
When I hear frog croaks from the stream
I know the market is out, blocking the dikes

30.
Unable to sleep at late night, I glimpse a ghost
Due to the hotel guest's secrets, the candle flowers
When apricot buds shed their leaves, the spring is waiting
When the spring is over, the streetlight is fading.

31.
Hey, the grass cutter by the river,
Does the offshore surging water bother you?
The willow pollen, once quaveringly flown from their flowers,
Barely fills the air of forest scent.

32.
Smoke, please fly low
Let me recapture a bit of my youth
Walking in the everlasting realm,
I miss many a time the little tree dropping its flowers

Translated by Terry Lee

Tôi vẫn đợi

Tôi vẫn đợi những đêm dài khắc khoải,
Màu xanh xao trong tiếng khóc ven rừng,
Trong bóng tối hận thù, tha thiết mãi,
Một vì sao bên khóe miệng rưng rưng.

Tôi vẫn đợi những đêm đen lặng gió,
Màu đen tuyền ánh mắt tự ngàn xưa,
Nhìn hun hút cho dài thêm lịch sử,
Dài con sông tràn máu lệ quê cha.

Tôi vẫn đợi suốt đời quên sóng vỗ,
Quên những người xuôi ngược Thái Bình Dương,
Người ở lại giữa lòng tay bạo chúa,
Cọng lau gầy trĩu nặng ánh tà dương.

Rồi trước mắt ngục tù thân bé bỏng,
Ngón tay nào gõ nhịp xuống tường rêu,
Rồi nhắm mắt ta đi vào cõi mộng,
Như sương mai, như ánh chớp, mây chiều.

Tuệ Sỹ

Awaiting - TL

In a colorless crying sound by the edge of a forest,
In the darkness of never-ending hatred,
In deep sleeplessly nights I am awaiting,
In my tearful mouth's corner, a star appeared.

In quiet, silent nights I am awaiting to acquire,
The two black eyes of our ancient times,
To look deeper into our historical insights,
To see our fatherland's rivers spilling sorrow, tears and blood.

Forgotten those being left behind in the hands of the tyrant,
Forgotten those having crossed the Pacific Ocean,
Forgotten the crashing waves, all my life I am awaiting,
I, a fragile thin reef, bent down by the sunset rays.

Facing the truth that I am a little prisoner,
Unconsciously finger tapping on the mossed wall,
Closing my eyes, I dream to become,
A morning dew, a lightning bolt, or some afternoon clouds.

Translated by Terry Lee

Chú thích:
Thưa thầy, không phải chỉ mình thầy đang đợi, mà chúng con, những người còn gọi Việt Nam là quê hương, dù sống trong hay ngoài nước Việt, cũng đang chờ đợi như thầy.

Chúng con cũng như thầy cũng quên những người vượt biển Thái Bình Dương và những người còn ở lại.

Bởi vì khi ta nói ta quên, mà còn nhắc tới họ tức là mình vẫn còn nhớ họ.

Note:
Dear Thầy – our teacher, The Most Venerable Tuệ Sỹ – you are not waiting alone. We, the people who still call Vietnam home, whether we live in the country or not, are also waiting.

And, like you, we forget those who made the crossing and those who were left behind.

Because saying he/she forgets someone implies that they still remember and miss them.

Terry Lee

I am still waiting - PB

In the deep silent nights with agony, I am still waiting
The pale color, crying on the edge of the forest
In the darkness of hatred, forever earnest
A star shedding salty tears on the mouth's corner

In the dark night with calm wind, I am still waiting
The black mystical eyes– the soul of eyes from the ancient past
Looking deeply for history to prolong its courses
Endless rivers of blood spilled on the fatherland

In this lifetime, forgetting the wave's crashes, I am still waiting
Forgetting those palindromic motions of the Pacific Ocean
Those who stay behind are in the hand of the tyrant
The thin reeds are heavier– the sunset ray

And immediately, the little body resides in the prison
Which fingers are tapping into the mossed wall
Then, closing the eyes– into the realm of dreams
As morning dew, as lightning, as afternoon cloud.

Translated by Phe X. Bach

Tống biệt hành

Một bước đường thôi nhưng núi cao
Trời ơi mây trắng đọng phương nào
Đò ngang neo bến đầy sương sớm
Cạn hết ân tình, nước lạnh sao?

Một bước đường xa, xa biển khơi
Mấy trùng sương mỏng nhuộm tơ trời
Thuyền chưa ra bến bình minh đỏ
Nhưng mấy nghìn năm tống biệt rồi.

Cho hết đêm hè trông bóng ma
Tàn thu khói mộng trắng Ngân hà
Trời không ngừng gió chờ sương đọng
Nhưng mấy nghìn sau ố nhạt nhòa

Cho hết mùa thu biệt lữ hành
Rừng thu mưa máu dạt lều tranh
Ta so phấn nhụy trên màu úa,
Trên phím dương cầm, hay máu xanh

Tuệ Sỹ

English translation by Terry Lee & Phe X. Bach

A farewell - PB

Just one single step, yet the mountain is high
Oh, Haven! In which direction will the white clouds settle?
The ferry is moored at the shore swaddled in morning dew
If love should dry up, would water turn cold?

A long journey, immensely far, far away
Where myriad of layers of floaty mist adorn the silken sky
The boat hardly leaving the shore, red dawn already breaks out
Yet thousands of years of farewell had passed

Till the end of summer night, chasing illusion
Autumn fading away, illusionary dreams whiten the Milky Way
The wind refuses to cease, waiting for dew to congeal
Which thousands of years later turns sullied

By the end of Autumn, one no longer sees signs of the traveler
Autumn forest bloody rain devastates the thatch cottage
I play the pistil on faded color
Of the piano keyboard, or the blue color of blood.

Translated by Phe X. Bach

Seeing off - TL

Just one step to reach there, yet the mountain is high,
Oh, heaven, where are the white clouds relocated?
All the moored boats are wrapped with morning dew at the dock,
But the water is so cold, because affection is dying?

Another step to a long journey, far from the sea,
Where curtains of thin mist tint the silken sky,
The dawn sky reddens, thousands of years of seeing-offs had passed,
Even when the boats were not out of the dock yet.

Till the end of summer nights, waiting for spirits,
By the end of autumn, dream smokes whiten the Milky Way,
The wind does not stop blowing for the dew to form,
But thousands of years later, it will still be tarnished.

Seeing off the traveler by the end of autumn,
The thatch hut in the forest has been drifted away by blood rain,
The pollen grains' color has been faded, will I compare it
With other faded colors, piano keys or blue blood?

Translated by Terry Lee

Chú thích:

Cùng 1 bài thơ, mà có nhiều chỗ chúng tôi dịch khác nhau. Đây là cái độc đáo của thơ Thiền Phật giáo.

Thí dụ: Ở đoạn 3, " Cho hết đêm hè trông bóng ma", tôi nghĩ "trông" là chờ đợi, thì Phẻ nghĩ là săn đuổi. Và ở 2 câu cuối bài, tôi nghĩ thầy hỏi để so sánh màu phấn nhụy với các màu khác nhưng Phẻ không nghĩ vậy.

Note:
We have different versions in translating the same poem. This is the uniqueness of Zen Buddhist poetry.

For example, in the 3rd paragraph, in "Cho hết đêm hè trông bóng ma", I thought the traveler waits for spirits, but Phe thought that he chases illusion. And in the last 2 lines, I thought thầy asked to compare the pollen's color with other colors, but Phe disagreed.

Terry Lee

Từ rừng sâu

Rừng sâu nọ vẫn mơ màng phố thị,
Tình yêu xa như khói thuốc trưa hè.
Trong quãng vắng khúc nhạc sầu tư lự,
Chợt căm thù dồn dập đuổi anh đi.
Em đứng đó hận trường sơn mưa lũ,
Một phương trời mây trắng nhuộm quanh đê

Tuệ Sỹ

English translation by Terry Lee & Phe X. Bach

From the forest's depths - TL & PB

Deep forests daydream about city life.
Long-distance love is like cigarette smoke in the summer.
A pensive music on an empty street
Becomes hostile and chases me away
She stands there, continuing to despise the Truong Son torrents.
White clouds drift in the sky above the dikes.

Translated by Terry Lee and Phe X. Bach

Tự tình

Còn nghe được tiếng ve sầu
Còn yêu đốm lửa đêm sâu bập bùng
Quê nhà trên đỉnh Trường Sơn
Cho ta gởi một nỗi hờn thiên thu

   Tuệ Sỹ

Self-confession - PB

I can still hear the wailing of cicadas,
still love the scintillating fire flakes in the night,
the home on top of the Truong Son Mountain
Let me entrust you with my everlasting ire.

Translated by Phe X. Bach

Self-reflection - TL

I can hear the cicadas' chirping sounds
I still love the scintillating night-fire's flames
My home is on the Trường Sơn mountain range,
Let me confide in you my immortal resentment.

Translated by Terry Lee

Ước hẹn

Mười năm sau anh phải về thăm phố cũ
Vì Trường sơn không có những trưa hè
Những con đường nắng cháy
Những con đường bụi đỏ
Và tình yêu trong ánh mắt rã rời.

Tuệ Sỹ

English translation by Terry Lee & Phe X. Bach

A promise - PB

Ten years later I must come back and see the old town
'Cause the Truong Sơn Range doesn't have sunny summer afternoons
Neither the sun-scorched streets
Streets covered with crimson dust
Nor love in the reflection of the jaded eyes
   Translated by Phe X. Bach

Promise - TL

I must come back to see my old town in ten years,
Because the Trường Sơn Range has no summer afternoons,
Neither roads scorched by sun,
Nor roads covered with red dust
Nor love in exhausted eyes.
   Translated by Terry Lee

Tiểu sử Hòa thượng Tuệ Sỹ

Hòa thượng Thích Tuệ Sỹ, thế danh là Phạm Văn Thương, sinh ngày 15 tháng 2 năm 1943 tại Paksé, Lào.

Thầy quy y Phật lúc 7 tuổi tại Viện Hải Đức, Nha Trang.

Thầy tốt nghiệp Viện Cao đẳng Phật học năm 1964, Viện Đại học Vạn Hạnh phân khoa Phật học năm 1965, được bổ nhiệm là Giáo sư Viện Đại học Vạn Hạnh từ năm 1970, lúc mới 27 tuổi. Thầy là Tổng thư ký của tạp chí Tư tưởng (1967-1975) do Viện Đại học Vạn Hạnh phát hành.

Năm 1972, khi làn sóng người tỵ nạn đổ về Sài Gòn thì thầy cùng một số tăng sĩ và cư sĩ đi ra Nha Trang và Vạn Giã xin gạo, thức ăn và tiền về cứu trợ đồng bào tỵ nạn.

Năm 1975, thầy lại ra Nha Trang cùng các anh em học tăng cứu trợ đồng bào. Tại đây, khi có anh em khuyên thầy nên di tản, thì thầy đáp: *"Tôi vẫn còn đây, thì anh em cũng phải ở đây, quê hương và đất nước này còn cần đến anh em nhiều hơn nữa. Chúng ta không thể trốn chạy khi dân tộc, đạo pháp đang gặp cảnh điêu linh".*

Năm 1978, khi Cộng sản quyết định khai tử Giáo hội Phật giáo Việt Nam Thống Nhất (GHPGVNTN) thì thầy phản đối. Thầy bị bắt đi học tập cải tạo cho tới năm 1981.

Ngày 1 tháng 4 năm 1984 thầy lại bị bắt cùng với thầy Thích Trí Siêu (Lê Mạnh Thát).

English translation by Terry Lee & Phe X. Bach

Ngày 30 tháng 9 năm 1988 hai thầy bị đưa ra tòa án xét xử và bị tuyên án tử hình vì tội "tán thành, ủng hộ, che chở, đùm bọc hành động phản cách mạng, lật đổ chế độ xã hội chủ nghĩa" (vì tiếp tục không thừa nhận GHPGVN do chính quyền Cộng sản Việt Nam dựng lên). Sau đó nhờ áp lực thế giới, án được giảm xuống thành 20 năm cấm cố.

Ngày 1 tháng 9 năm 1998 thầy được thả tự do từ trại Ba Sao, Nam Hà. 10 ngày trước đó, công an yêu cầu thầy ký vào lá đơn xin khoan hồng. Thầy trả lời: "Không ai có quyền xét xử tôi. Không ai có quyền ân xá tôi". Công an nói không viết đơn thì không thả, thầy không viết và tuyệt thực. Cuối cùng, chính quyền Cộng sản đã phải thả thầy sau 10 ngày thầy tuyệt thực.

Ngày 03/8/1998, thầy được Tổ chức Human Rights Watch trao giải thưởng tranh đấu nhân quyền (Hellman-Hammett Awards) cùng với 7 nhà đấu tranh khác.

Năm 2003, thầy giữ chức vụ Phó Viện trưởng thứ nhất Viện Hóa Đạo của GHPGVNTN.

Năm 2020 sau khi Hòa thượng Quảng Độ, Tăng Thống thứ năm GHPGVNTN, viên tịch, Thầy được Hội Đồng giáo Phẩm trung Ương cung thỉnh vào chức vụ Xử lý Thường vụ Viện Tăng Thống và thầy giữ chức vụ này cho đến nay.

Thầy thông thạo tiếng Hoa, Anh, Pháp, Đức, Pali, Phạn (Sanskrit) và Nhật. Thầy có nhiều tiểu luận, chuyên khảo và nhiều công trình dịch thuật Phật giáo. Thầy sáng tác rất nhiều thơ, mà bài thơ nào cũng thâm thúy và chứa nhiều hình ảnh trừu tượng, khiến cho việc hiểu và dịch thơ thầy rất khó khăn.

Theo Wikipedia, thầy có 46 tác phẩm đã xuất bản, trong đó có những tác phẩm nổi tiếng như Tô Đông Pha - những phương trời viễn mộng, Ngục trung mị ngữ, Giấc mơ Trường Sơn, Duy Ma Cật Sở Thuyết. Thầy cũng đã dịch và xuất bản 9 bộ sách, nổi tiếng là bộ A-tỳ-đạt-ma Câu-xá luận (5 cuốn, dịch từ bản tiếng Sanskrit của Vasubandhu) và bộ Thiền Luận (cuốn 2 và 3, dịch từ bản tiếng Nhật của Daisetz Teitaro Suzuki).

A Biography of The Most Venerable Tuệ Sỹ

The Most Venerable Thích Tuệ Sỹ (TTS), birth name Phạm Văn Thương, was born on February 15, 1943 in Pakse, Laos.

He sought refuge in Buddha at the Hải Đức Institute in Nha Trang when he was seven years old.

After graduating from the College of Buddhist Studies in 1964 and from the Faculty of Buddhist Studies, Vạn Hạnh University, in 1965, he was appointed Professor at Vạn Hạnh University in 1970, at the age of 27. From 1967 to 1975, he was the Editor of Vạn Hạnh University's Tư Tưởng [Thought] journal.

When a torrent of refugees poured on Saigon in 1972, he and a group of monks and laypeople traveled to Nha Trang and Vạn Giã to ask for rice, food, and money to help the refugees.

He returned to Nha Trang with his fellow monks in 1975 to help the refugees. When another monk convinced him to go, he replied, "I am still here, so you must stay here as well. Both your motherland and this country need you now more than ever. We cannot flee when our country and religion are suffering". In 1978, he was arrested for resisting the Communists' decision to disband the Unified Buddhist Church of Vietnam (GHPGVNTN). Until 1981, he was imprisoned in a re-education camp.

On April 1, 1984, he was arrested again, this time with Venerable Thích Trí Siêu (Lê Mạnh Thát). The two monks were tried and sentenced to death on September 30, 1988, for "endorsing, protecting, and supporting counter-revolutionary actions to overthrow the socialist regime". Due to worldwide pressure, the sentence was later reduced to 20 years in prison.

On September 1, 1998, he was released from Ba Sao prison in Nam Hà. Ten days earlier, the police had persuaded him to sign a plea for pardon. "No one has the right to judge me", said the Venerable, "Nobody has the right to pardon me". He then went on a hunger strike. The Communist regime was obliged to release him after a 10-day hunger strike.

He was appointed the UBCV's First Deputy of the Institute for the Dissemination of Dharma in 2003.

In 2020, when Venerable Quang Do, the UBCV's fifth Supreme Patriarch passed away, he was invited by the Central Sangha Council to hold the position of Standing General of the Supreme Patriarch and he has held this position until now.

He is fluent in Chinese, English, French, German, Pali, Sanskrit, and Japanese. He has numerous essays, monographs, and Buddhist translations to his credit. He wrote numerous poems, many of which were sophisticated and contained numerous abstract images, making them difficult to comprehend and translate.

According to Wikipedia, he has 46 published works, including Su Dongpo – Dreamy Heavens, A Prisoner's Somnilogquies, Dreaming the Mountain, and Vimalakirti Sutra. He also translated and published nine book sets, the most well-known of which were Abhidharma Cauxay (5 books, Vasubandhu's translation from the Sanskrit original) and Essays in Zen Buddhism (books 2 and 3, Daisetz Teitaro Suzuki's translation from the Japanese version).

About the translators

Terry Lee

Terry Lee là cựu giáo sư Toán ở Tân Tây Lan và Úc. Anh là tác giả 6 cuốn sách toán cho lớp 11 và 12, nổi tiếng nhất là cuốn "Advanced Mathematics". Anh có vợ và 3 con. Hiện anh đã về hưu.

Terry Lee is a former Mathematics teacher in New Zealand and Australia. He is the author of 6 Mathematics textbooks for year 11 and 12 students, including the best-seller book "Advanced Mathematics". He is married with 3 children. He is currently retired.

Bạch Xuân Phẻ

- Tên thật: Bạch Xuân Phẻ, aka (Khỏe). Pháp danh Tâm Thường Định. Hiện đang dạy Hóa học và Chánh niệm tại trường Trung học Mira Loma và dạy Lãnh đạo Chánh niệm tỉnh thức và mang Chánh niệm vào học đường cho giáo chức của tiểu bang California; anh còn là Huynh trưởng Gia Đình Phật Tử và làm thiện nguyện đem đạo vào đời.

Dr. Phe Bach teaches Chemistry and Mindfulness at Mira Loma High School. He founded C. Mindfulness LLC to provide mindfulness, self-care, and social-emotional learning internationally. He is a poet, an author, and Buddhist youth leader. He is the author of *AWAKEN: Buddhism, Nature, and Life: A Vision of Poems for West and East* and *Mindful Leadership: Learning Through the Practices of Mindfulness and Compassion*.

Vài ý nghĩ rời về thơ Hòa thượng Tuệ Sỹ

Thơ của Hòa thượng Tuệ Sỹ là những suy tưởng cô đọng từ tầng cao nhất của ý thức: tầng tuệ giác. Trong mỗi chữ, mỗi câu, mỗi đoạn và mỗi bài đều hàm chứa tư tưởng của Thầy.

Thầy không làm thơ mà chỉ mượn thơ để chở tư tưởng của mình. Đó là những câu kệ, những công án. Có nhiều điều Thầy muốn gởi gắm dù chỉ qua một bài thơ ngắn. Đó là những giọt nước từ trên không gian vô tận rớt xuống trong cuộc vận hành. Không ai biết giọt nước từ đâu đến. Đó là những cành lan nở rộ giữa rừng già. Không ai chăm sóc bụi lan rừng. Giọt nước và cành lan được nhân duyên nuôi dưỡng.

Thơ của Thầy cũng thế. Thơ đã được sinh ra trên những bước chân, được nuôi dưỡng và lớn lên sau mấy mươi năm trong hành trình của kiếp người. Tư tưởng của Thầy là một dòng Suối Từ cuồn cuộn. Khi ngồi trong ngục tối hay lúc lang thang trên những con đường vô định, tư tưởng vẫn không ngừng chảy trong ý thức. Tư tưởng đó độc lập từ ngoại cảnh đói khát, đày đọa, cô đơn.

"Thơ Thầy hay", nhiều người có thể cùng cảm nhận, nhưng hay chỗ nào có thể không phải ai cũng trả lời giống nhau. Đó không phải là điểm quan trọng. Thơ đi vào lòng người qua những ngã khác nhau tùy thuộc vào căn cơ của mỗi người. Nhưng ngay cả khi căn cơ khác nhau vẫn có một điểm chung, đó là nhân duyên. Qua nhân duyên chúng ta đã gặp Thầy và qua nhân duyên chúng ta đã gặp nhau. Ngọn núi cao hay thấp do chỗ mỗi người đứng nhưng quan trọng là đều nhìn lên hướng núi.

Hiểu thơ Thầy đã khó và dịch thơ Thầy sang Anh Ngữ lại càng khó hơn. Nhưng nếu không có một điểm bắt đầu sẽ không có người tiếp nối. Đừng chờ đợi cho đến khi toàn hảo bởi vì sẽ không có sự toàn hảo nào cả trong cõi đời ngắn ngũi của mỗi chúng ta. Đạo Phật là đạo của con người và khi con người còn có mặt tư tưởng Phật Giáo là một bộ sách chưa có trang cuối. Tương tự, bản dịch trong tuyển tập mỏng này bởi Terry Lee and Phe Bach lại sẽ được hiệu đính nhiều lần và được viết tiếp nhiều lần. Hãy đi và sẽ đến.

A few discrete thoughts about Thầy Tuệ Sỹ's poetry

The poems authored by Thầy Tuệ Sỹ (The Most Venerable Thích Tuệ Sỹ) are succinct reflections emanating from the pinnacle of awareness—the realm of wisdom. The Master imbues each word, sentence, paragraph, and poem with his thoughts.

His objective is not to compose poetry but to communicate his thoughts using poetry. These are koans, or verses. Even in a brief poem, he expressed numerous ideas. Throughout the progression, those water particles descended from an infinite void. The source of the water droplets remains unknown. Likewise, during each season, orchid branches flourished in a dense forest. There is no human care for untamed orchids. Orchid branches and water droplets are nourished through dependent origination.

The same holds true for the poetry of the master. They were nurtured and developed from infancy on the steps to adulthood after several decades on the path of human existence. The Master's thoughts are a continuous current of benevolence. Although confined in a dimly lit confinement chamber or venturing down uncharted routes, the Master's consciousness continues to be flooded with thoughts. The aforementioned thoughts remain unaffected by the external circumstances of starvation, deprivation, and isolation.

While it is true that many individuals may concur that "the Master's poetry is exceptional," it is important to acknowledge that not everyone will have a uniform response to it, regardless of its greatness. That is not a critical matter. Poetry penetrates the minds of individuals via various pathways, which are contingent upon their individual understanding capacity. Nevertheless, despite the diversity of our capabilities, we all share a dependent origination. This opportunity brought us into contact with both the Master and one another. Whether one is standing on the mountain or not, it is either lofty or low; however, all individuals are directed upwards toward the mountain.

The Master's poetry is difficult to comprehend and even more challenging to translate into English. However, without a starting point, the subsequent phase cannot occur. It is futile to await perfection, as it is impossible to attain such perfection in this mortal life. Buddhism is a human religion, and throughout the annals of human history, Buddhist thought persisted as an unfinished text. Likewise, the translations in this concise compilation by Terry Lee and Phe Bach will undergo multiple revisions and rewrites. Let us proceed, and we shall arrive at our destination.

It is said that prison can change a person, offering a new perspective, and that confinement limits space and freedom. In another sense, it can also focus the mind to think deeper, revealing a clarity that exposure to the outside world might not. For the Venerable Tue Sy, two truths are realized in his poems—the beautiful and the tragic, the young and the old, the known and the invisible.

Tue Sy never complains or laments of his imprisonment. Instead, his sorrow for his country and the beauty of dreams are woven together in his poems to elucidate the complexities of our being in this life and the mysteries of the next. ~ **Keith Carmona, IB English instructor.**

Người ta nói rằng nhà tù có thể thay đổi một con người, mang đến một góc nhìn mới và việc giam giữ đó hạn chế cả không gian và quyền tự do. Theo một nghĩa khác, nó cũng có thể tập trung tâm trí để suy nghĩ sâu hơn, bộc lộ sự rõ ràng mà việc tiếp xúc với thế giới bên ngoài có thể không làm được. Đối với Hòa thượng Tuệ Sỹ, hai chân lý được thể hiện trong thơ ông: cái đẹp và cái bi kịch, cái trẻ và cái già, cái được biết và cái vô hình.

Tuệ Sỹ không bao giờ than phiền hay than thở về cảnh tù đày của mình. Thay vào đó, nỗi buồn cho quê hương và vẻ đẹp của những giấc mơ được đan xen trong những bài thơ của ông để làm sáng tỏ sự phức tạp của con người chúng ta trong cuộc sống này và những bí ẩn ở kiếp sau. ~ **Keith Carmona, Giảng viên tiếng Anh Tú tài Quốc tế, IB program.**

www.ingramcontent.com/pod-product-compliance
Lightning Source LLC
LaVergne TN
LVHW041910070526
838199LV00051BA/2572